Spænsk Matreiðslubók 2023

Upplifðu nýja heim fullan af bragði og litum

Berglind Hreinsdóttir

INNIHALD

LENCE A LA LIONESA 25
    Hráefni 25
    VINNSLA 25
    BRAGÐ 25
KARRÍLUNUNUR MEÐ EPLUM 27
    Hráefni 27
    VINNSLA 27
    BRAGÐ 28
POCHAS NAVARRA 29
    Hráefni 29
    VINNSLA 29
    BRAGÐ 30
LINS 31
    Hráefni 31
    VINNSLA 31
    BRAGÐ 32
BABMUSAKA MEÐ SVEPPUM 33
    Hráefni 33
    VINNSLA 33
    BRAGÐ 34
KARTÖFLA VÍGU 35
    Hráefni 35
    VINNSLA 35

BRAGÐ 36
POCHAS MEÐ FAGMANNAÐAR ENDUR 37
   Hráefni 37
   VINNSLA 37
   BRAGÐ 38
HUMARBISK 40
   Hráefni 40
   VINNSLA 40
   BRAGÐ 41
GRÆNTAMÁLIMÍMI 42
   Hráefni 42
   VINNSLA 42
   BRAGÐ 43
HEIMAMAÐUR MANDEN LEYFI 44
   Hráefni 44
   VINNSLA 44
   BRAGÐ 44
KÚRÍKNI- OG LAXTAKA 45
   Hráefni 45
   VINNSLA 45
   BRAGÐ 45
Þistilkokkur MEÐ SVEPPE OG PARMESAN 46
   Hráefni 46
   VINNSLA 46
   BRAGÐ 47
Marineruð eggaldin 48

- Hráefni 48
- VINNSLA 48
- BRAGÐ 48

STEIKAR BABYBAUNIR MEÐ SERRANO SKINKU 50
- Hráefni 50
- VINNSLA 50
- BRAGÐ 50

TRINXAT 51
- Hráefni 51
- VINNSLA 51
- BRAGÐ 51

BROCCOLI GRATÍN MEÐ BEKINIS OG AURORA SÓSU 52
- Hráefni 52
- VINNSLA 52
- BRAGÐ 52

BOGOGAN MEÐ KRABBA OG SKELJUM Í GRÆNA MÆRI 53
- Hráefni 53
- VINNSLA 53
- BRAGÐ 54

KARAMELLIÐUR LAUKUR 55
- Hráefni 55
- VINNSLA 55
- BRAGÐ 55

MYNDIR SVEPPIR MEÐ SERRANÓ SKINKU OG PESTÓSÓSSU 56
- Hráefni 56
- VINNSLA 56

BRAGÐ 56
CAULIRO MEÐ AJOARRIERO 57
   Hráefni 57
   VINNSLA 57
   BRAGÐ 57
RISTAÐI Blómkál 58
   Hráefni 58
   VINNSLA 58
   BRAGÐ 58
DUXELLE 59
   Hráefni 59
   VINNSLA 59
   BRAGÐ 59
MEÐ REYKTUM LAX OG CABRAL 60
   Hráefni 60
   VINNSLA 60
   BRAGÐ 60
LOMBARDA SEGOVIAN 61
   Hráefni 61
   VINNSLA 61
   BRAGÐ 61
RISTAÐ PIPIRSALAT 63
   Hráefni 63
   VINNSLA 63
   BRAGÐ 64
FRANSKAR ERTUR 65

Hráefni 65

VINNSLA 65

BRAGÐ 65

RJÓMAÐ SPÁNAT 67

Hráefni 67

VINNSLA 67

BRAGÐ 68

BEBABAS MEÐ HVÍTUM BUTIFARRA 69

Hráefni 69

VINNSLA 69

BRAGÐ 69

GRÆNAR BAUNIR MEÐ SKINKU 70

Hráefni 70

VINNSLA 70

BRAGÐ 70

Lambakjöt 72

Hráefni 72

VINNSLA 72

BRAGÐ 73

SÆTT eggaldin Með geitaosti, hunangi og karrý 74

Hráefni 74

VINNSLA 74

BRAGÐ 74

HVÍTUR ASPAS OG REYKT LAXTAKA 76

Hráefni 76

VINNSLA 76

BRAGÐ 76
PIQUILLO PIQUR FYLT MEÐ MORCILLA MEÐ SÆTRI MÚSSÓSÓ 77
    Hráefni 77
    VINNSLA 77
    BRAGÐ 77
ÞISTLA MEÐ MÖNLUSÓSU 78
    Hráefni 78
    VINNSLA 78
    BRAGÐ 79
PISTÓ 80
    Hráefni 80
    VINNSLA 80
    BRAGÐ 80
BURÐUR MEÐ GÆNTA EDIKI 82
    Hráefni 82
    VINNSLA 82
    BRAGÐ 82
BÚRÚÐUR, BEIKON OG PRESSAÐ QUICHE 83
    Hráefni 83
    VINNSLA 83
    BRAGÐ 84
PARADÍS Í LA PROVENCALI 85
    Hráefni 85
    VINNSLA 85
    BRAGÐ 85
FYLTUR LAUKUR 86

- Hráefni 86
- VINNSLA 86
- BRAGÐ 86

SVEPPER MEÐ VALHNETUKREM 88
- Hráefni 88
- VINNSLA 88
- BRAGÐ 88

TÓMAT-BASILKUKAKA 89
- Hráefni 89
- VINNSLA 89
- BRAGÐ 89

KJÚKLINGAKARRI Kartöflupottréttur 90
- Hráefni 90
- VINNSLA 90
- BRAGÐ 91

SÆTT EGG 92
- Hráefni 92
- VINNSLA 92
- BRAGÐ 92

KARTÖFLUR MIKILVÆGT 93
- Hráefni 93
- VINNSLA 93
- BRAGÐ 93

MEÐ MOLLETO EGGI 95
- Hráefni 95
- VINNSLA 95

BRAGÐ 96
KARTÖFLUKAR OG HVÍTUR 97
   Hráefni 97
   VINNSLA 97
   BRAGÐ 98
eggjakaka FRÁ AÐ NOTA COCIDO (GÖLL FÖT) 99
   Hráefni 99
   VINNSLA 99
   BRAGÐ 100
Kartöflur fylltar með reykfylltu blávatni, beikoni og dízanu 100
   Hráefni 100
   VINNSLA 100
   BRAGÐ 101
KARTÖFLU OG OSTA KROKKET 101
   Hráefni 101
   VINNSLA 101
   BRAGÐ 102
GOTT STEIKUR STEIKUR 103
   Hráefni 103
   VINNSLA 103
   BRAGÐ 103
FLORENTISKA EGG 104
   Hráefni 104
   VINNSLA 104
   BRAGÐ 104
KARTÖFLUTÖKUR MEÐ TUNGLAFISK OG KRABBA 105

- Hráefni 105
- VINNSLA 105
- BRAGÐ 106

EGG í FLAMENCO STÍL 107
- Hráefni 107
- VINNSLA 107
- BRAGÐ 107

TORTILLA PAISANA 108
- Hráefni 108
- VINNSLA 108
- BRAGÐ 109

STEIKT EGG MEÐ PYLSU, MEÐ SINNEPPI 110
- Hráefni 110
- VINNSLA 110
- BRAGÐ 110

KARTÖFLUSKJÚR Í MARS 111
- Hráefni 111
- VINNSLA 111
- BRAGÐ 112

PURRUSALDA 113
- Hráefni 113
- VINNSLA 113
- BRAGÐ 113

FRÆÐUR 115
- Hráefni 115
- VINNSLA 115

BRAGÐ 115
Steiktir sveppir 116
   Hráefni 116
   VINNSLA 116
   BRAGÐ 116
EGG Á DISK með ansjósum og ólífum 117
   Hráefni 117
   VINNSLA 117
   BRAGÐ 118
KARTÖFLURREM MEÐ BEIKON OG PARMESAN 118
   Hráefni 118
   VINNSLA 118
   BRAGÐ 119
SOÐIN EGG 119
   Hráefni 119
   VINNSLA 119
   BRAGÐ 119
HRUKKAR KARTÖFLUR 120
   Hráefni 120
   VINNSLA 120
   BRAGÐ 120
HÆRÐ EGG MEÐ SVEPPUM, KRABBA OG VILLT LIÐKJÁ 121
   Hráefni 121
   VINNSLA 121
   BRAGÐ 122
STEIKAR KARTÖFLUR MEÐ CHORIZO OG GRÆNPIPIKA 123

- Hráefni 123
- VINNSLA 123
- BRAGÐ 123
- ALVEGAR Kartöflur 124
  - Hráefni 124
  - VINNSLA 124
  - BRAGÐ 124
- STÓRHertoginn BURGRED EGG 125
  - Hráefni 125
  - VINNSLA 125
  - BRAGÐ 125
- KARTÖFLUR með rifjum 127
  - Hráefni 127
  - VINNSLA 127
  - BRAGÐ 128
- BRAUÐ EGG 128
  - Hráefni 128
  - VINNSLA 128
  - BRAGÐ 129
- KARTÖFLUR MEÐ HESSELHNETUM 130
  - Hráefni 130
  - VINNSLA 130
  - BRAGÐ 130
- MOLLET EGG 131
  - Hráefni 131
  - VINNSLA 131

BRAGÐ 131
KARTÖFLU RIOJANA STÍL 132
    Hráefni 132
    VINNSLA 132
    BRAGÐ 133
KARTÖFLUKÖF 134
    Hráefni 134
    VINNSLA 134
    BRAGÐ 135
KRABBA eggjakaka með hvítlauk 136
    Hráefni 136
    VINNSLA 136
    BRAGÐ 136
GUFÐAR KARTÖFLUR MEÐ NÁLUM 137
    Hráefni 137
    VINNSLA 137
    BRAGÐ 138
KARTÖFLUMAUKI 139
    Hráefni 139
    VINNSLA 139
    BRAGÐ 139
BAUNATORTILLA MEÐ MORCILLA 140
    Hráefni 140
    VINNSLA 140
    BRAGÐ 140
Hann steikti það 141

Hráefni 141

　　　VINNSLA 141

　　　BRAGÐ 141

GUFÐAR KARTÖFLUR MEÐ NUSZKALA 142

　　　Hráefni 142

　　　VINNSLA 142

　　　BRAGÐ 142

Porcupine OMELETTE 143

　　　Hráefni 143

　　　VINNSLA 143

　　　BRAGÐ 143

HLUTAEGGI 144

　　　Hráefni 144

　　　VINNSLA 144

　　　BRAGÐ 144

KÚRKSÍN OG TÓMATAR OMELETTA 145

　　　Hráefni 145

　　　VINNSLA 145

　　　BRAGÐ 145

COD AJOARRIERO 146

　　　Hráefni 146

　　　VINNSLA 146

　　　BRAGÐ 146

GUFÐUR SHERRY KÚKUR 147

　　　Hráefni 147

　　　VINNSLA 147

BRAGÐ 147
ALLT I PEBRE AF MONDFISK MEÐ KRABBA 148
    Hráefni 148
    VINNSLA 149
    BRAGÐ 149
ROAST SAUMAR 150
    Hráefni 150
    VINNSLA 150
    BRAGÐ 150
CLAMS MARINERA 151
    Hráefni 151
    VINNSLA 151
    BRAGÐ 152
HAFÐ MEÐ PILPIL 153
    Hráefni 153
    VINNSLA 153
    BRAGÐ 153
BJÓRBRÉÐBUNDUR 155
    Hráefni 155
    VINNSLA 155
    BRAGÐ 155
BLEKI Í BLEKI 156
    Hráefni 156
    VINNSLA 156
    BRAGÐ 156
COD CLUB RANERO 158

 Hráefni 158
 VINNSLA 158
 BRAGÐ 159
SÓLI MEÐ APPELSÍNU 160
 Hráefni 160
 VINNSLA 160
 BRAGÐ 160
RIOJANA HAKE 162
 Hráefni 162
 VINNSLA 162
 BRAGÐ 163
LÚKURÚÐUR MEÐ JARÐABERJASÓSU 164
 Hráefni 164
 VINNSLA 164
 BRAGÐ 164
MARINE PISTRAN 165
 Hráefni 165
 VINNSLA 165
 BRAGÐ 166
BILBAINE STÍL saumaskapur 167
 Hráefni 167
 VINNSLA 167
 BRAGÐ 167
RÆKJU SCAMPI 168
 Hráefni 168
 VINNSLA 168

BRAGÐ 168
ÞÉTTAR 169
   Hráefni 169
   VINNSLA 169
   BRAGÐ 169
DOURADO COD 171
   Hráefni 171
   VINNSLA 171
   BRAGÐ 171
BASKIKRABBAMBAND 172
   Hráefni 172
   VINNSLA 172
   BRAGÐ 173
Í EDIKI 174
   Hráefni 174
   VINNSLA 174
   BRAGÐ 174
NÁLAMERKI 175
   Hráefni 175
   VINNSLA 175
   BRAGÐ 175
DUFT Í ADOBO (BIENMESABE) 176
   Hráefni 176
   VINNSLA 176
   BRAGÐ 177
INNEGLAÐUR SÍTRUS OG TÚNFISKUR 178

Hráefni	178
VINNSLA	178
BRAGÐ	179
KRABBA REGNJAKKI	**180**
Hráefni	180
VINNSLA	180
BRAGÐ	180
TÚNFUNDUR FLANGUR MEÐ BASILIKU	**181**
Hráefni	181
VINNSLA	181
BRAGÐ	181
SOLE A LA MENIER	**182**
Hráefni	182
VINNSLA	182
BRAGÐ	182
LAXBRÚNUR MEÐ CAVA	**183**
Hráefni	183
VINNSLA	183
BRAGÐ	183
SJÁBASSA PIQUILTOS Í BILBAÍNSSTÍL	**184**
Hráefni	184
VINNSLA	184
BRAGÐ	184
KRÆKLINGUR Í VINAIGRETTE	**185**
Hráefni	185
VINNSLA	185

BRAGÐ 185
MARMITACO 186
   Hráefni 186
   VINNSLA 186
   BRAGÐ 186
SÖLT SJÁBÚLA 188
   Hráefni 188
   VINNSLA 188
   BRAGÐ 188
GUFÐAR SKILAR 189
   Hráefni 189
   VINNSLA 189
   BRAGÐ 189
LÍKUR Í GALÍSÍU 190
   Hráefni 190
   VINNSLA 190
   BRAGÐ 190
HAKE KÖRFUKNATTLEIKUR 192
   Hráefni 192
   VINNSLA 192
   BRAGÐ 193
HNÍFAR MEÐ HVÍTLAUK OG SÍTRÓNU 194
   Hráefni 194
   VINNSLA 194
   BRAGÐ 194
WAY WAY PUDDING 195

- Hráefni 195
- VINNSLA 195
- BRAGÐ 196

MONDFISKUR MEÐ MJÓKUM HVÍTLAUKSKREM 197
- Hráefni 197
- VINNSLA 197
- BRAGÐ 198

LÚÐI Í eplasafi MEÐ MYNTU EPLA COMPOT 199
- Hráefni 199
- VINNSLA 199
- BRAGÐ 200

Marineraður lax 201
- Hráefni 201
- VINNSLA 201
- BRAGÐ 201

PISTAN BLÁOSTUR 202
- Hráefni 202
- VINNSLA 202
- BRAGÐ 202

TUNNA TATAKI GUFÐURÐ Í SOJA 204
- Hráefni 204
- VINNSLA 204
- BRAGÐ 204

HAKE TERTA 206
- Hráefni 206
- VINNSLA 206

BRAGÐ 206
HÖFSTAÐA FLOTTAR PIPAR 207
    Hráefni 207
    VINNSLA 207
    BRAGÐ 208
RADÍAR 209
    Hráefni 209
    VINNSLA 209
    BRAGÐ 209
HERMENN PAVÍU 210
    Hráefni 210
    VINNSLA 210
    BRAGÐ 211
RACHELLA 212
    Hráefni 212
    VINNSLA 212
    BRAGÐ 212
URRIÐI TIL NAVARRA 213
    Hráefni 213
    VINNSLA 213
    BRAGÐ 213
LAXTATARA MEÐ AVOCADO 214
    Hráefni 214
    VINNSLA 214
    BRAGÐ 214
GALISIAN hörpuskel 216

Hráefni 216
VINNSLA 216
BRAGÐ 216

LENCE A LA LIONESA

Hráefni

500 g linsubaunir

700 g laukur

200 g af smjöri

1 grein af steinselju

1 timjankvistur

1 lárviðarlauf

1 lítill laukur

1 gulrót

6 negull

Salt

VINNSLA

Steikið laukinn skorinn í julienne strimla í smjörinu við vægan hita. Lokið og bakið þar til örlítið gullinbrúnt.

Bætið við linsubaunir, negulnöglum sem eru fastir í heilum litla lauknum, söxuðum gulrótum og kryddjurtum. Hyljið með köldu vatni.

Afhýðið og eldið við vægan hita þar til belgjurtirnar eru mjúkar. Stilltu saltið.

BRAGÐ

Mikilvægt er að elda á háum hita til að skipta yfir í meðalhita til að koma í veg fyrir að þær festist.

KARRÍLUNUNUR MEÐ EPLUM

Hráefni

300 g linsubaunir

8 matskeiðar af rjóma

1 matskeið karrý

1 gullepli

1 timjankvistur

1 grein af steinselju

1 lárviðarlauf

2 laukar

1 hvítlauksgeiri

3 negull

4 matskeiðar af olíu

Salt pipar

VINNSLA

Sjóðið linsurnar í köldu vatni í 1 klst með 1 lauk, hvítlauk, lárviðarlaufi, timjan, steinselju, negul, salti og pipar.

Steikið hinn laukinn sérstaklega með eplinum í olíunni. Bætið karrýinu út í og blandið saman.

Bætið linsunum í eplapottinn og eldið í 5 mínútur í viðbót. Bætið rjómanum út í og blandið varlega saman við.

BRAGÐ

Ef það eru linsubaunir eftir er hægt að búa til rjóma úr þeim og bæta við gufusoðnum rækjum.

POCHAS NAVARRA

Hráefni

400 g af baunum

1 matskeið paprika

5 hvítlauksrif

1 ítalsk græn paprika

1 rauð paprika

1 hreinn blaðlaukur

1 gulrót

1 laukur

1 stór tómatur

Ólífuolía

Salt

VINNSLA

Hreinsið baunirnar vel. Hellið vatni í pott ásamt papriku, lauk, blaðlauk, tómötum og gulrótum. Eldið í um 35 mínútur.

Takið grænmetið út og saxið það. Settu þá síðan aftur í soðið.

Saxið hvítlaukinn í litla bita og steikið í smá olíu. Takið af hellunni og bætið paprikunni út í. Rehome 5 er samþætt í hvítu baunina. Stilltu saltið.

BRAGÐ

Þar sem þetta eru ferskar belgjurtir er eldunartíminn mun styttri.

LINS

Hráefni

500 g linsubaunir

1 matskeið paprika

1 stór gulrót

1 meðalstór laukur

1 stór paprika

2 hvítlauksgeirar

1 stór kartöflu

1 skinkuenda

1 pylsa

1 svartur búðingur

Beikon

1 lárviðarlauf

Salt

VINNSLA

Fínt skorið grænmeti er gufusoðið þar til það er aðeins mjúkt. Bætið paprikunni út í og bætið við 1 ½ lítra af vatni (þú getur skipt út grænmetiskrafti eða jafnvel seyði). Bætið við linsubaunir, kjöti, skinkuoddinum og lárviðarlaufinu.

Fjarlægðu og geymdu chorizo og svarta búðinginn þegar þau eru mjúk svo þau brotni ekki. Haltu áfram að elda linsurnar þar til þær eru tilbúnar.

Bætið kartöflunum saman við og eldið í 5 mínútur í viðbót. Bætið við klípu af salti.

BRAGÐ

Til að fá annað bragð skaltu bæta 1 kanilstöng við linsurnar á meðan þú eldar.

BABMUSAKA MEÐ SVEPPUM

Hráefni

250 g soðnar rauðar baunir

500 g heimagerð tómatsósa

200 g af sveppum

100 g rifinn ostur

½ glas af rauðvíni

2 eggaldin

2 hvítlauksgeirar

1 stór laukur

½ græn paprika

½ gul paprika

¼ rauð paprika

1 lárviðarlauf

Mjólk

Oregano

Ólífuolía

Salt pipar

VINNSLA

Skerið eggaldinið í sneiðar og hellið því í mjólk með salti þannig að þær missi beiskjuna.

Saxið laukinn, hvítlaukinn og paprikuna sérstaklega og steikið á pönnu. Bætið sveppunum út í og steikið áfram. Bætið víninu út í og kælið við háan hita. Bætið tómatsósunni, oregano og lárviðarlaufum út í. Eldið í 15 mínútur. Takið af hellunni og bætið baununum út í. Tímabil.

Á meðan er eggaldinsneiðunum síað vel, þurrkað og síðan steikt á báðum hliðum í smá olíu.

Setjið baunirnar og eggaldinið í ofnpönnu þar til hráefnið er uppurið. Endið með lag af eggaldin. Stráið rifnum osti yfir og gratínið.

BRAGÐ

Þessi uppskrift er frábær með linsubaunir eða afgangi af belgjurtum frá öðrum efnum.

KARTÖFLA VÍGU

Hráefni

1 kg af kjúklingabaunum

1 kg af þorski

500 g af spínati

50 g af möndlum

3 l sett

2 matskeiðar af tómatsósu

1 matskeið paprika

3 sneiðar af ristuðu brauði

2 hvítlauksgeirar

1 græn paprika

1 laukur

1 lárviðarlauf

Ólífuolía

Salt

VINNSLA

Látið kjúklingabaunirnar liggja í bleyti í 24 klst.

Steikið hægeldaðan lauk, hvítlauk og pipar á pönnu við meðalhita. Bætið paprikunni, lárviðarlaufinu, tómatsósunni út í og hellið fisksoðinu yfir. Þegar það byrjar að sjóða bætið þá kjúklingabaunum út í. Þegar þær eru næstum mjúkar er þorskinum og spínatinu bætt út í.

Á meðan maukið þið möndlurnar með steiktu brauði. Blandið saman og bætið út í soðið. Eldið í 5 mínútur í viðbót og stillið saltið.

BRAGÐ

Kjúklingabaunir verða að setja í pottinn með sjóðandi vatni, annars verða þær harðar og missa hýðið mjög auðveldlega.

POCHAS MEÐ FAGMANNAÐAR ENDUR

Hráefni

400 g af baunum

500 g kúlur

½ glas af hvítvíni

4 hvítlauksrif

1 lítil græn paprika

1 lítill tómatur

1 laukur

1 blaðlaukur

1 cayenne

söxuð fersk steinselja

Ólífuolía

VINNSLA

Setjið baunirnar, piparinn, hálfan laukinn, hreinsaðan blaðlauk, 1 hvítlauksrif og tómatinn í pott. Setjið köldu vatni yfir og eldið í um 35 mínútur þar til grænmetið er meyrt.

Steikið í sitthvoru lagi hinn helminginn af lauknum, cayennepipar og afganginum af hvítlauknum, skorið mjög fínt, við háan hita. Bætið samlokunum út í og gljáið með víninu.

Bætið samlokunum með sósunni út í hvítu baunirnar, bætið steinseljunni út í og eldið í 2 mínútur í viðbót. Stilltu saltið.

BRAGÐ

Leggið samlokurnar í bleyti í köldu, söltu vatni í 2 klukkustundir til að losa allan jarðveginn.

HUMARBISK

Hráefni

1 ½ kg humar

250 g tómatar

200 g af blaðlauk

150 g af smjöri

100 g af gulrótum

100 g laukur

75 g af hrísgrjónum

1 ½ l fiskisafi

¼ l rjómi

1 dl brennivín

1 dl af víni

1 timjankvistur

2 lárviðarlauf

Salt pipar

VINNSLA

Skerið humarinn í bita og steikið þar til hann er rauður með 50 g af smjöri. Kveiktu í því með brandíi og helltu yfir vínið. Lokið og eldið í 15 mínútur.

Geymið humarkjötið. Myljið skrokkana ásamt brennivíni, matreiðsluvíni og reykelsi. Farðu í gegnum kínverska og birgðu þig upp.

Steikið niðurskorið grænmeti (eftir hörku) með smjörinu sem eftir er. Bætið tómötunum við í lokin. Vætið það með fráteknu seyði, bætið við kryddjurtum og hrísgrjónum. Eldið í 45 mínútur. Blandið saman og látið renna í gegnum síu. Bætið rjómanum út í og eldið í 5 mínútur í viðbót.

Berið rjómann fram með söxuðum humrinum.

BRAGÐ

Að flamba er að brenna áfengum drykk á þann hátt að áfengið hverfur, en ekki bragðið. Það er mikilvægt að gera þetta með slökkt á útblástursviftunni.

GRÆNTAMÁLIMÍMI

Hráefni

150 g sneið Serrano skinka

150 g af grænum baunum

150 g af blómkáli

150 g af ertum

150 g af baunum

2 matskeiðar af hveiti

3 ætiþistlar

2 harðsoðin egg

2 gulrætur

1 laukur

1 hvítlauksgeiri

1 sítrónu

Ólífuolía

Salt

VINNSLA

Hreinsið ætiþistlana, fargið ystu blöðunum og oddunum. Sjóðið vatn með 1 matskeið af hveiti og sítrónusafa þar til það er mjúkt. Uppfærsla og fyrirvara.

Afhýðið og skerið gulræturnar í meðalstóra bita. Fjarlægðu strengina og endana af baununum og skerðu þær í 3 hluta. Við tínum rósir úr blómkálinu.

Sjóðið vatnið og eldið hvert grænmeti fyrir sig þar til það er mjúkt. Uppfærsla og fyrirvara.

Skerið grænmetissúpuna í tvennt (nema þistilsúpan).

Saxið laukinn og hvítlaukinn í litla bita. Látið malla í 10 mínútur með hægelduðum Serrano skinku. Bætið hinni matskeiðinni af hveiti út í og steikið í aðrar 2 mínútur. Bætið við 150 ml af grænmetiskrafti. Fjarlægðu og eldaðu í 5 mínútur. Bætið grænmetinu og skornum harðsoðnum eggjum saman við. Eldið í 2 mínútur, bætið síðan við salti.

BRAGÐ

Grænmetið verður að elda sérstaklega því eldunartíminn er ekki sá sami.

HEIMAMAÐUR MANDEN LEYFI

Hráefni

1 ¼ kg kartöflu

750 g af kartöflum

3 hvítlauksrif

2 dl ólífuolía

Salt

VINNSLA

Þvoið svissneska kolið og skerið blöðin í stóra bita. Flysjið blöðin og skerið þau í hringi. Sjóðið laufblöð og stilka í sjóðandi söltu vatni í 5 mínútur. Uppfærsla, losun og áskilnaður.

Sjóðið skrældar og cachelada kartöflurnar í sama vatni í 20 mínútur. Tæmdu og geymdu.

Steikið skræld og flökuðan hvítlauk í olíu. Bætið penca, laufum og kartöflum saman við og steikið í 2 mínútur. Stilltu saltið.

BRAGÐ

Penca má fylla með skinku og osti. Svo nuddum við það út og bökum það.

KÚRÍKNI- OG LAXTAKA

Hráefni

400 g af kúrbít

200 g ferskur lax (beinlaus)

750 ml rjómi

6 egg

1 laukur

Ólífuolía

Salt pipar

VINNSLA

Skerið laukinn í litla bita og steikið í smá olíu. Skerið kúrbítinn í litla teninga og bætið út í laukinn. Látið malla við meðalhita í 10 mínútur.

Blandið saman og bætið við ½ l af rjóma og 4 eggjum þar til fínt deig er náð.

Sett í einstök, áður smurð og hveitistráð form og bakað við 170 ºC í vatnsbaði í u.þ.b. Bakið í 10 mínútur.

Á meðan er léttsteiktur laxinn í smá olíu. Kryddið og blandið saman við afganginn af rjómanum og 2 eggjum. Setjið það ofan á kúrbítskökuna. Haltu áfram að baka í 20 mínútur í viðbót eða þar til það er stíft.

BRAGÐ

Berið fram heitt, með muldu majónesi og nokkrum greinum af ristuðu saffran.

Þistilkokkur MEÐ SVEPPE OG PARMESAN

Hráefni

1 ½ kg af þistilhjörtum

200 g af sveppum

50 g parmesanostur

1 glas af hvítvíni

3 stórir tómatar

1 vorlaukur

1 sítrónu

Ólífuolía

Salt pipar

VINNSLA

Afhýðið ætiþistlina, fjarlægið stilkinn, hörðu ytri blöðin og oddinn. Skerið þá í fjóra hluta og nuddið þá með sítrónunni til að koma í veg fyrir að þeir oxist. Bókaðu það.

Steikið saxaðan laukinn hægt og rólega. Hækkið hitann og bætið hreinsuðum og sneiðum sveppum út í. Eldið í 3 mínútur. Hellið víninu yfir og bætið svo rifnum tómötum og ætiþistlum út í. Setjið lok á og eldið í 10 mínútur eða þar til ætiþistlarnir eru mjúkir og sósan hefur þyknað.

Diskur, sósa og parmesan stráð yfir.

BRAGÐ

Önnur leið til að koma í veg fyrir að ætiþistlar oxist er að leggja þá í bleyti í köldu vatni með fullt af ferskri steinselju.

Marineruð eggaldin

Hráefni

2 stór eggaldin

3 matskeiðar af sítrónusafa

3 matskeiðar af saxaðri ferskri steinselju

2 matskeiðar af söxuðum hvítlauk

1 matskeið malað kúmen

1 matskeið af kanil

1 matskeið heitur pipar

Ólífuolía

Salt

VINNSLA

Skerið eggaldinið í sneiðar eftir endilöngu. Stráið salti yfir og látið hvíla á eldhúspappír í 30 mínútur. Skolaðu með miklu vatni og geymdu til hliðar.

Dreypið olíu og salti ofan á eggaldinsneiðarnar og bakið í 25 mínútur við 175 gráður.

Blandið hinum hráefnunum saman í skál. Bætið eggaldininu út í blönduna og hrærið. Lokið og kælið í 2 klst.

BRAGÐ

Til þess að eggaldinið missi beiskjuna má leggja það í bleyti í mjólk með smá salti í 20 mínútur.

STEIKAR BABYBAUNIR MEÐ SERRANO SKINKU

Hráefni

1 flaska af baunum í olíu

2 hvítlauksgeirar

4 sneiðar af serranoskinku

1 vorlaukur

2 egg

Salt pipar

VINNSLA

Tæmið olíuna af baununum á pönnu. Steikið saxaðan laukinn, hvítlaukinn og skinkuna skorið í þunnar strimla. Hækkið hitann, bætið baununum út í og látið malla í 3 mínútur.

Þeytið eggin sérstaklega og kryddið með salti. Hellið egginu yfir baunirnar og hrærið stöðugt í.

BRAGÐ

Bætið smá rjóma eða mjólk við þeytt eggin til að gera þau mýkri.

TRINXAT

Hráefni

1 kg af káli

1 kg af kartöflum

100 g af beikoni

5 hvítlauksrif

Ólífuolía

Salt

VINNSLA

Ræstu kálið, þvoðu það og skerðu það í þunnar sneiðar. Flysjið kartöflurnar og skerið þær í fernt. Eldið allt saman í 25 mínútur. Takið það út og brjótið það slétt með gaffli þegar það er heitt.

Steikið hakkað hvítlauk og beikon skorið í strimla á pönnu. Bætið því við fyrra kartöfludeigið og steikið báðar hliðar í 3 mínútur, eins og um kartöflueggjaköku sé að ræða.

BRAGÐ

Það þarf að tæma kálið vel eftir eldun, annars brúnast trinxið ekki vel.

BROCCOLI GRATÍN MEÐ BEKINIS OG AURORA SÓSU

Hráefni

150 g af beikoni í strimlum

1 stórt spergilkál

Aurora sósa (sjá seyði og sósur)

Ólífuolía

Salt pipar

VINNSLA

Steikið beikonræmurnar vel á pönnu og setjið til hliðar.

Skiptið spergilkálinu í sneiðar og eldið í miklu söltu vatni í 10 mínútur eða þar til það er meyrt. Tæmið og setjið á bökunarplötu.

Setjið beikonið ofan á spergilkálið, síðan norðurljósasósuna og gratínerið við hámarkshita þar til það er gullbrúnt.

BRAGÐ

Til að lágmarka lyktina af spergilkáli skaltu bæta dágóðum hluta af ediki við eldunarvatnið.

BOGOGAN MEÐ KRABBA OG SKELJUM Í GRÆNA MÆRI

Hráefni

500 g af soðnu kardani

2 dl hvítvín

2 dl fiskisósa

2 matskeiðar saxuð fersk steinselja

1 matskeið af hveiti

20 skeljar

4 hvítlauksrif

1 laukur

Ólífuolía

Salt

VINNSLA

Saxið laukinn og hvítlaukinn í litla bita. Látið malla rólega í 2 msk af olíu í 15 mínútur.

Bætið hveitinu út í og eldið í 2 mínútur, hrærið stöðugt í. Hækkið hitann, hellið víninu út í og látið kólna alveg.

Vætið það með reykjaranum og eldið í 10 mínútur við lágan hita, hrærið stöðugt í. Bætið steinseljunni út í og kryddið með salti.

Bætið við áður hreinsuðum skeljunum og kardanskaftinu. Lokið og eldið í 1 mínútu þar til samlokurnar opnast.

BRAGÐ

Ekki ofelda steinseljuna svo hún missi ekki litinn eða verði brún.

KARAMELLIÐUR LAUKUR

Hráefni

2 stórir laukar

2 matskeiðar af sykri

1 tsk Modena eða Sherry edik

VINNSLA

Steikið steikta laukinn þakinn þar til hann er hálfgagnsær

Lokið og bakið þar til það er brúnt. Bætið sykrinum út í og eldið í 15 mínútur í viðbót. Baðið með ediki og eldið í 5 mínútur í viðbót.

BRAGÐ

Ef þú vilt búa til eggjaköku með þessu magni af karamelluðum lauk skaltu nota 800 g af kartöflum og 6 eggjum.

MYNDIR SVEPPIR MEÐ SERRANÓ SKINKU OG PESTÓSÓSSU

Hráefni

500 g af ferskum sveppum

150 g Serrano skinka

1 smátt saxaður vorlaukur

Pestósósa (sjá seyði og sósur)

VINNSLA

Skerið laukinn og skinkuna í litla bita. Steikið þær rólega í 10 mínútur. Látið það kólna.

Hreinsaðu og fjarlægðu stilkinn af sveppunum. Gufu þá á hvolfi á pönnu í 5 mínútur.

Fylltu sveppina með skinku og vorlauk, helltu smá pestósósu yfir og bakaðu við 200 gráður í ca. í 5 mínútur.

BRAGÐ

Ekki þarf að salta því skinkan og pestósósan eru örlítið salt.

CAULIRO MEÐ AJOARRIERO

Hráefni

1 stórt blómkál

1 matskeið sæt paprika

1 matskeið af ediki

2 hvítlauksgeirar

8 matskeiðar af ólífuolíu

Salt

VINNSLA

Skiptið blómkálinu í sneiðar og eldið í miklu söltu vatni í 10 mínútur eða þar til það er tilbúið.

Skerið hvítlaukinn í sneiðar og steikið hann í olíunni. Takið pönnuna af hellunni og bætið paprikunni út í. Eldið í 5 sekúndur og bætið síðan ediki út í. Kryddið sofrito með salti og sósu.

BRAGÐ

til að fá minni lykt af blómkálinu við matreiðslu bætið þá 1 glasi af mjólk út í vatnið.

RISTAÐI Blómkál

Hráefni

100 g rifinn parmesan

1 stórt blómkál

2 eggjarauður

Bechamel sósa (sjá seyði og sósur)

VINNSLA

Skiptið blómkálinu í sneiðar og eldið í miklu söltu vatni í 10 mínútur eða þar til það er tilbúið.

Bætið við bechamelsósunni (af hitanum) á meðan eggjarauður og ostur er þeyttur.

Setjið blómkálið í eldfast mót og stráið bechamelsósunni yfir. Grillið við hámarkshita þar til yfirborðið er gullbrúnt.

BRAGÐ

Ef þú bætir rifnum osti og eggjarauðu út í béchameliðe verður það ný Mornay-sósa.

DUXELLE

Hráefni

500 g af sveppum

100 g af smjöri

100 g vorlaukur (eða laukur)

Salt pipar

VINNSLA

Hreinsið sveppina og skerið þá í litla bita.

Steikið mjög fínt saxaða laukinn í smjörinu og bætið svo sveppunum út í. Látið malla þar til vökvinn er alveg horfinn. Tímabil.

BRAGÐ

Það getur verið fullkomið meðlæti, fylling eða jafnvel fyrsta rétt. Sveppaduxelle með soðnu eggi, kjúklingabringur fylltar með duxelle o.fl.

MEÐ REYKTUM LAX OG CABRAL

Hráefni

200 g rjómi

150 g af reyktum laxi

100 g af Cabrales osti

50 g skurnar valhnetur

6 andífsknappar

Salt pipar

VINNSLA

Skerið öndina, þvoið þær vandlega í köldu vatni og dýfið þeim í ísvatn í 15 mínútur.

Blandið osti, laxi skornum í strimla, valhnetum, rjóma, salti og pipar saman í skál og fyllið andívíinn með þessari sósu.

BRAGÐ

Að skola endívan undir köldu vatni og dýfa honum í ísvatn mun hjálpa til við að fjarlægja beiskju hans.

LOMBARDA SEGOVIAN

Hráefni

40 g af furuhnetum

40 g af rúsínum

1 matskeið paprika

3 hvítlauksrif

1 rauðkál

1 pippi epli

Ólífuolía

Salt

VINNSLA

Fjarlægðu miðstöngulinn og ytri blöðin af rauðkálinu og skerðu í julienne strimla. Kjarnhreinsið eplið án þess að fjarlægja hýðið og skerið það í fernt. Eldið rauðkálið, rúsínurnar og eplin í 90 mínútur. Tæmdu og geymdu.

Skerið hvítlaukinn í sneiðar og steikið hann á pönnu. Bætið furuhnetunum út í og ristuðu brauði. Bætið paprikunni út í og bætið rauðkálinu saman við rúsínum og eplum. Steikið í 5 mínútur.

BRAGÐ

Til að koma í veg fyrir að rauðkálið missi litinn skaltu byrja að elda það með sjóðandi vatni og bæta við dropa af ediki.

RISTAÐ PIPIRSALAT

Hráefni

3 tómatar

2 eggaldin

2 laukar

1 rauð paprika

1 hvítlaukshaus

Edik (valfrjálst)

extra virgin ólífuolía

Salt

VINNSLA

Hitið ofninn í 170°C.

Þvoið eggaldin, pipar og tómata, afhýðið laukinn. Setjið allt grænmetið á bökunarplötu og dreypið vel af olíu yfir. Bakið í 1 klukkustund, snúið öðru hverju þannig að það eldist jafnt. Taktu það út eins og það er búið til.

Látið paprikuna kólna, fjarlægið hýðið og fræin. Julienne papriku, laukur og eggaldin án fræja. Fjarlægðu hvítlauksgeirana af ristuðu hausnum með því að þrýsta létt.

Blandið öllu grænmetinu saman í skál, kryddið með klípu af salti og steiktu olíunni. Þú getur líka bætt við nokkrum dropum af ediki.

BRAGÐ

Ráðlegt er að skera nokkra skurði á hýðið á eggaldininu og tómötunum svo þau klofni ekki við bakstur og auðvelda þannig að afhýða þau.

FRANSKAR ERTUR

Hráefni

850 g hreinar baunir

250 g laukur

90 g serranoskinka

90 g smjör

1 lítri af seyði

1 matskeið af hveiti

1 hreint salat

Salt

VINNSLA

Steikið saxaðan lauk og skinku í teninga í smjörinu. Bætið hveitinu út í og steikið í 3 mínútur.

Bætið soðinu út í og eldið í 15 mínútur í viðbót, hrærið af og til. Bætið baunum út í og eldið í 10 mínútur við meðalhita.

Bætið dýrindis julienne út í og eldið í 5 mínútur í viðbót. Bætið við klípu af salti.

BRAGÐ

Eldið baunirnar óhultar svo þær verði ekki gráar. Að bæta við smá sykri við matreiðslu eykur bragðið af baunum.

RJÓMAÐ SPÁNAT

Hráefni

3/4 pund ferskt spínat

45 g smjör

45 g hveiti

½ lítri af mjólk

3 hvítlauksrif

Múskat

Ólífuolía

Salt pipar

VINNSLA

Bechamel er búið til úr bræddu smjöri og hveiti. Látið malla rólega í 5 mínútur og bætið síðan mjólkinni út í á meðan hrært er stöðugt. Eldið í 15 mínútur, kryddið síðan með salti, pipar og múskat.

Eldið spínatið í miklu söltu vatni. Tæmið, kælið og kreistið vel þannig að þær verði alveg þurrar.

Skerið hvítlaukinn í sneiðar og steikið hann í olíunni í 1 mínútu. Bætið spínatinu út í og látið malla við meðalhita í 5 mínútur.

Blandið spínatinu saman við bechamelið og eldið í 5 mínútur í viðbót, hrærið stöðugt í.

BRAGÐ

Nokkrir ristaðir þríhyrningar með brauðsneiðum.

BEBABAS MEÐ HVÍTUM BUTIFARRA

Hráefni

1 flaska af baunum í olíu

2 hvítlauksgeirar

1 hvít pylsa

1 vorlaukur

Ólífuolía

Salt

VINNSLA

Tæmið olíuna af baununum á pönnu. Fínsteikið laukinn og hvítlaukinn í þessari olíu og bætið svo söxuðu pylsunni út í.

Bakið í 3 mínútur þar til þær eru ljósbrúnar. Hækkið hitann, bætið baununum út í og steikið í 3 mínútur í viðbót. Bætið við klípu af salti.

BRAGÐ

Það er líka hægt að búa til úr mjúkum baunum. Til að gera þetta, eldið í köldu vatni í 15 mínútur eða þar til það er mjúkt. Hressið með vatni og ís og afhýðið síðan. Útbúið síðan uppskriftina á sama hátt.

GRÆNAR BAUNIR MEÐ SKINKU

Hráefni

600 g af grænum baunum

150 g Serrano skinka

1 tsk paprika

5 tómatar

3 hvítlauksrif

1 laukur

Ólífuolía

Salt

VINNSLA

Fjarlægðu hliðarnar og endana á baununum og skerðu þær í stóra teninga. Eldið í sjóðandi vatni í 12 mínútur. Tæmið, kælið og sjóðið.

Saxið laukinn og hvítlaukinn í litla bita. Steikið rólega í 10 mínútur og bætið Serrano skinkunni út í. Látið malla í aðrar 5 mínútur. Bætið paprikunni og rifnum tomötum út í og steikið þar til allt vatn er horfið.

Bætið grænu baununum út í sósuna og eldið í 3 mínútur í viðbót. Bætið við klípu af salti.

BRAGÐ

Hægt er að skipta út chorizo fyrir serranoskinku.

Lambakjöt

Hráefni

450 g af lambakjöti

200 g af grænum baunum

150 g skrældar baunir

150 g af ertum

2 lítrar af seyði

2 dl rauðvín

4 þistilhjörtu

3 hvítlauksrif

2 stórir tómatar

2 stórar kartöflur

1 græn paprika

1 rauð paprika

1 laukur

Ólífuolía

Salt pipar

VINNSLA

Lambið er saxað, kryddað og steikt við háan hita. Fjarlægðu og pantaðu.

Steikið saxaðan hvítlauk og lauk rólega í sömu olíu í 10 mínútur. Bætið rifnum tómötum út í og eldið þar til vatnið er alveg gufað upp. Vætið það með víninu og látið það kólna. Hellið soðinu út í, bætið lambinu út í og eldið í 50 mínútur eða þar til kjötið er meyrt. Tímabil.

Sérstaklega, í annarri pönnu, gufusoðuðu niðursneidda paprikuna, baunirnar, fjórða ætiþistla, bandalausar baunir skornar í 8 bita og strengjabaunir. Hellið lambasoðinu yfir og látið sjóða rólega í 5 mínútur. Bætið skrældar og skornum kartöflum saman við. Eldið þar til það er mjúkt. Bætið lambinu saman við og smá af soðinu.

BRAGÐ

Eldið baunirnar óhultar svo þær verði ekki gráar.

SÆTT eggaldin Með geitaosti, hunangi og karrý

Hráefni

200 g af geitaosti

1 eggaldin

Hunang

karrí

Hveiti

Ólífuolía

Salt

VINNSLA

Skerið eggaldinið í þunnar sneiðar, setjið á gleypið pappír og saltið báðar hliðar. Látið hvíla í 20 mínútur. Fjarlægðu umfram salt og hveiti og ristað brauð.

Skerið ostinn í þunnar sneiðar. Setjið lögin af eggaldin og osti saman. Bakið í 5 mínútur við 160 gráður.

Setjið á disk og bætið 1 tsk af hunangi og skvettu af karrý út í hverja eggaldinsneið.

BRAGÐ

Að skera eggaldinið í sundur og skilja það eftir með salti fjarlægir alla beiskju.

HVÍTUR ASPAS OG REYKT LAXTAKA

Hráefni

400 g niðursoðinn aspas

200 g af reyktum laxi

½ l rjómi

4 egg

Hveiti

Ólífuolía

Salt pipar

VINNSLA

Blandið öllu hráefninu saman þar til þú færð slétt deig. Sigtið til að forðast aspasþræði.

Hellið í einstök, áður smurð og hveitistráð form. Bakið við 170°C í 20 mínútur. Það má taka heitt eða kalt.

BRAGÐ

Majónes úr muldum ferskum basilíkulaufum er fullkomið meðlæti.

PIQUILLO PIQUR FYLT MEÐ MORCILLA MEÐ SÆTRI MÚSSÓSÓ

Hráefni

125 ml rjómi

8 matskeiðar af sinnepi

2 matskeiðar af sykri

12 piquillo paprikur

2 blóðpylsur

Gírar

Hveiti og egg (til að hjúpa)

Ólífuolía

VINNSLA

Myljið búðinginn og ristið hann saman við handfylli af furuhnetum á heitri pönnu. Látið kólna og fyllið paprikuna. Veltið upp úr hveiti og eggi, steikið í mikilli olíu.

Sjóðið rjómann með sinnepi og sykri þar til hann er þykkur. Berið paprikuna fram með heitri sósunni.

BRAGÐ

Paprikan verður að vera ristuð smátt og smátt og mjög heit í olíunni.

ÞISTLA MEÐ MÖNLUSÓSU

Hráefni

900 g soðin kardan

75 g kornaðar möndlur

50 g hveiti

50 g af smjöri

1 lítri af kjúklingasoði

1 dl hvítvín

1 dl rjómi

1 msk söxuð fersk steinselja

2 hvítlauksgeirar

2 eggjarauður

1 laukur

Ólífuolía

Salt pipar

VINNSLA

Sjóðið möndlurnar og hveitið rólega í smjörinu í 3 mínútur. Hellið kjúklingakraftinum yfir á meðan haldið er áfram að þeyta og eldið í 20 mínútur í viðbót. Bætið rjómanum út í, takið svo af hellunni og bætið eggjarauðunni út í á meðan hrært er. Tímabil.

Steikið laukinn og hvítlaukinn í sundur í olíunni. Bætið þistilnum út í, aukið hitann og skreytið með víninu. Látið það minnka alveg.

Bætið súpunni við þistilinn og berið fram toppað með steinselju.

BRAGÐ

Ekki ofhita sósuna eftir að eggjarauðan hefur verið sett í hana, svo hún sofni ekki og sósan haldist kekkjuleg.

PISTÓ

Hráefni

4 þroskaðir tómatar

2 grænar paprikur

2 kúrbít

2 laukar

1 rauð paprika

2-3 hvítlauksrif

1 tsk af sykri

Ólífuolía

Salt

VINNSLA

Blasaðu tómatana, fjarlægðu hýðið og skerðu þá í teninga. Afhýðið og skerið laukinn og kúrbítinn í sneiðar. Hreinsið piparinn af fræjunum, skerið kjötið í teninga.

Steikið hvítlaukinn og laukinn í smá olíu í 2 mínútur. Bætið paprikunni út í og steikið í 5 mínútur í viðbót. Bætið kúrbítnum út í og látið malla í nokkrar mínútur í viðbót. Bætið loks tómötunum út í og eldið þar til allt vatn er horfið. Hreinsið sykurinn og saltið og sjóðið síðan.

BRAGÐ

Þú getur notað niðursoðna niðursoðna tómata eða góða tómatsósu.

BURÐUR MEÐ GÆNTA EDIKI

Hráefni

8 blaðlaukur

2 hvítlauksgeirar

1 græn paprika

1 rauð paprika

1 vorlaukur

1 agúrka

12 matskeiðar af olíu

4 matskeiðar af ediki

Salt pipar

VINNSLA

Skerið papriku, vorlauk, hvítlauk og gúrku í litla bita. Blandið saman við olíu, ediki, salti og pipar. Fjarlægðu það.

Hreinsið blaðlaukinn og eldið hann í sjóðandi vatni í 15 mínútur. Takið út, þurrkið og skerið hvern í 3 hluta. Diskur og sósa með vinaigrettunni.

BRAGÐ

Búðu til tómat, vorlauk, kaper og svarta ólífuvínaigrette. Blaðlauksgratín með mozzarella og sósu. Fínt.

BÚRÚÐUR, BEIKON OG PRESSAÐ QUICHE

Hráefni

200 g Manchego ostur

1 lítri af rjóma

8 egg

6 stórir blaðlaukar hreinsaðir

1 pakki af reyktu beikoni

1 pakki af frosnu laufabrauði

Hveiti

Ólífuolía

Salt pipar

VINNSLA

Smjörið og hveiti mót, klæddu það síðan með smjördeigi. Leggið álpappír og grænmeti ofan á svo það lyftist ekki og bakið í 15 mínútur við 185 ºC.

Á meðan er fínt saxaður blaðlaukur steiktur rólega. Bætið fínt söxuðu beikoninu út í.

Blandið þeyttu egginu saman við rjóma, blaðlauk, beikon og rifinn ost. Kryddið með salti og pipar, setjið þessa blöndu ofan á smjördeigið og bakið við 165 ºC í 45 mínútur þar til það harðnar.

BRAGÐ

Til að ganga úr skugga um að quiche sé stillt skaltu stinga í miðjuna með nælu. Ef hún kemur þurr út er það merki um að kakan sé tilbúin.

PARADÍS Í LA PROVENCALI

Hráefni

100 g brauðrasp

4 tómatar

2 hvítlauksgeirar

Steinselja

Ólífuolía

Salt pipar

VINNSLA

Afhýðið og saxið hvítlaukinn og blandið honum síðan saman við brauðmylsnuna. Skerið tómatana í tvennt og fjarlægðu fræin.

Hitið olíu á pönnu og bætið tómötunum út í, með skera hliðinni niður. Þegar húðin er farin að rísa á brúnunum skaltu snúa því við. Eldið í 3 mínútur í viðbót og setjið þær í bökunarplötu.

Ristið brauðblönduna og hvítlaukinn á sömu pönnu. Þegar það er brúnað, stráið tómötunum yfir. Hitið ofninn í 180 gráður og bakið í 10 mínútur, passið að láta þær ekki þorna.

BRAGÐ

Hann er venjulega borðaður sem meðlæti, en einnig sem aðalréttur, með léttsteiktum mozzarella.

FYLTUR LAUKUR

Hráefni

125 g nautahakk

125 g beikon

2 matskeiðar af tómatsósu

2 matskeiðar af brauðrasp

4 stórir laukar

1 egg

Ólífuolía

Salt pipar

VINNSLA

Sjóðið skorið beikon og hakkið saman við salti og pipar þar til það missir bleika litinn. Bætið tómötunum út í og eldið í 1 mínútu í viðbót.

Blandið kjötinu saman við eggið og brauðmylsnuna.

Fjarlægðu fyrsta lagið af lauknum og botn hans. Lokið með vatni og eldið í 15 mínútur. Þurrkaðu það, fjarlægðu miðjuna og fylltu það með kjötinu. Bakið í 15 mínútur við 175 gráður.

BRAGÐ

Þú getur búið til Mornay sósu með því að skipta helmingi mjólkarinnar út fyrir vatnið frá því að elda laukinn. Hellið sósunni yfir og gratínið.

SVEPPER MEÐ VALHNETUKREM

Hráefni

1 kg af blönduðum sveppum

250 ml rjómi

125 ml brennivín

2 hvítlauksgeirar

Walnut

Ólífuolía

Salt pipar

VINNSLA

Steikið hvítlaukinn á pönnu. Hækkið hitann og bætið hreinsuðum og sneiðum sveppum út í. Steikið í 3 mínútur.

Vætið það með brandy og látið það kólna. Bætið rjómanum út í og sjóðið rólega í 5 mínútur í viðbót. Myljið handfylli af valhnetum í mortéli og hellið yfir.

BRAGÐ

Ræktaðir sveppir og jafnvel þurrkaðir sveppir eru góðir kostir.

TÓMAT-BASILKUKAKA

Hráefni

½ l rjómi

8 matskeiðar tómatsósa (sjá soð og sósur)

4 egg

8 fersk basilíkublöð

Hveiti

Ólífuolía

Salt pipar

VINNSLA

Blandið öllu hráefninu saman þar til þú færð einsleitan massa.

Hitið ofninn í 170°C. Skiptið í áður hveitistráð og smurð mót og bakið í 20 mínútur.

BRAGÐ

Það er frábær leið til að nýta afganga af tómatsósu úr annarri uppskrift.

KJÚKLINGAKARRI Kartöflupottréttur

Hráefni

1 kg af kartöflum

½ lítri af kjúklingasoði

2 kjúklingabringur

1 matskeið karrý

2 hvítlauksgeirar

2 tómatar

1 laukur

1 lárviðarlauf

Ólífuolía

Salt pipar

VINNSLA

Skerið bringurnar í meðalstóra teninga. Kryddið og steikið í heitri olíu. Taktu það út og pantaðu það.

Sjóðið laukinn og hvítlaukinn skorinn í litla teninga í sömu olíunni við vægan hita í 10 mínútur. Bætið karrýinu út í og steikið í eina mínútu í viðbót. Bætið rifnum tómötum út í, hækkið hitann og eldið þar til tómatarnir hafa misst allt vatnið.

Flysjið og flysjið kartöflurnar. Bætið þeim við sósuna og eldið í 3 mínútur. Við baðum það með seyði og lárviðarlaufi. Eldið á hægum eldi þar til kartöflurnar eru tilbúnar, bætið síðan við salti og pipar.

BRAGÐ

Skelltu út soði og kartöflum og stappaðu með gaffli. Farið aftur í soðið og látið sjóða í 1 mínútu og hrærið stöðugt í. Þetta þykkir soðið án þess að þurfa hveiti.

SÆTT EGG

Hráefni

8 egg

Ristað brauð

Salt pipar

VINNSLA

Setjið eggin í skál sem er þakin köldu vatni og salti. Sjóðið þar til vatnið sýður lítillega. Skildu það á eldinum í 3 mínútur.

Fjarlægðu eggið og kældu það í ísvatni. Brjóttu varlega af efstu skelinni eins og hatt. Kryddið með salti og pipar og berið fram með ristuðum brauðstöngum.

BRAGÐ

Mikilvægt er að á fyrstu mínútu hreyfist eggið þannig að eggjarauðan sé í miðjunni.

KARTÖFLUR MIKILVÆGT

Hráefni

1 kg af kartöflum

¾ l fiskikraftur

1 lítið glas af hvítvíni

1 matskeið af hveiti

2 hvítlauksgeirar

1 laukur

Hveiti og egg (til að hjúpa)

Steinselja

Ólífuolía

VINNSLA

Skrælið kartöflurnar og skerið þær í ekki of þykkar sneiðar. Hveiti og farðu í gegnum eggið. Bakið og setjið til hliðar.

Skerið laukinn og hvítlaukinn í litla bita og afhýðið. Bætið við og ristið matskeið af hveiti og hellið yfir vínið. Látið kólna þar til það er næstum þurrt og blautt með reykvélinni. Eldið í 15 mínútur við lágan hita. Kryddið með salti og bætið steinseljunni út í.

Bætið kartöflunum út í sósuna og eldið þar til þær eru mjúkar.

BRAGÐ

Þú getur bætt við nokkrum bitum af skötuseli eða lýsingi og rækjum.

MEÐ MOLLETO EGGI

Hráefni

8 egg

150 g af þurrkuðum boletus

50 g af smjöri

50 g hveiti

1 dl sætvín

2 hvítlauksgeirar

Múskat

Edik

Olía

Salt pipar

VINNSLA

Vökvaðu kúluna í um það bil 1 klukkustund í 1 lítra af heitu vatni. Á meðan, eldið eggin í sjóðandi, söltu og eddikuðu vatni í 5 mínútur. Fjarlægðu og endurnýjaðu strax í ísköldu vatni. Afhýðið það varlega.

Sigtið grjónin og geymið vatnið. Skerið hvítlaukinn í sneiðar og steikið létt í olíunni. Bætið grjónunum út í og eldið í 2 mínútur við háan hita. Kryddið með salti og pipar og baðið í sætvíninu þar til það mýkist og sósan þornar.

Bræðið smjörið með hveitinu á pönnu. Látið malla við lágan hita í 5 mínútur án þess að hætta að hræra. Hellið vatninu frá boletusvökvuninni. Eldið í 15 mínútur við lágan hita, hrærið stöðugt í. Kryddið og bætið múskati út í.

Setjið porcini, síðan eggið á disk og skreytið með sósunni.

BRAGÐ

Mjúka eggið á að vera með skyrpróteinið og fljótandi eggjarauða.

KARTÖFLUKAR OG HVÍTUR

Hráefni

1 kg af kartöflum

600 g beinlaus, roðlaus vínþorskur

4 matskeiðar af tómatsósu

1 stór laukur

2 hvítlauksgeirar

1 lárviðarlauf

Brandy

Ólífuolía

Salt pipar

VINNSLA

Skrælið kartöflurnar, skerið þær í fernt og sjóðið þær í söltu vatni í 30 mínútur. Tæmdu og farðu í gegnum matarmylluna. Smyrjið maukinu á matfilmu og geymið til hliðar.

Saxið laukinn og hvítlaukinn í litla bita. Steikið við meðalhita í 5 mínútur, bætið svo lárviðarlaufinu og söxuðum og krydduðum hvítlauknum út í. Látið malla í 5 mínútur í viðbót án þess að rjúfa hræringuna, vættið með dropa af brennivíni og látið setjast. Bætið tómatsósunni út í og eldið í eina mínútu í viðbót. Látið það kólna.

Dreifið hvítlingnum á kartöflubotninn, rúllið honum í sígaunarúlluform og kælið þar til borið er fram.

BRAGÐ

Það er hægt að gera með hvaða ferskum eða frosnum fiski sem er. Berið fram með bleikri sósu eða aioli.

eggjakaka FRÁ AÐ NOTA COCIDO (GÖLL FÖT)

Hráefni

125 g stönglar

100 g af hænu eða kjúklingi

60 g hvítkál

60 g beikon

1 tsk paprika

3 hvítlauksrif

1 svartur búðingur

1 pylsa

1 laukur

2 matskeiðar af ólífuolíu

Salt

VINNSLA

Saxið laukinn og hvítlaukinn í litla bita. Látið malla við vægan hita í 10 mínútur. Skerið soðið kjöt og kál í litla bita og bætið út í laukinn. Steikið við meðalhita þar til kjötið er gullinbrúnt og brúnt.

Þeytið eggin og bætið við kjötið. Stilltu saltið.

Hitið pönnu vel, bætið olíunni út í og steikið tortilluna á báðum hliðum.

BRAGÐ

Berið fram með góðri kúmentómatsósu.

Kartöflur fylltar með reykfylltu blávatni, beikoni og dízanu

Hráefni

4 meðalstórar kartöflur

250 g af beikoni

150 g parmesanostur

200 g af reyktum laxi

½ l rjómi

1 eggaldin

Ólífuolía

Salt pipar

VINNSLA

Þvoið kartöflurnar vandlega og eldið þær með hýðinu við meðalhita í 25 mínútur eða þar til þær eru mjúkar. Tæmdu, skerðu í tvennt og tæmdu og skildu eftir létt lag. Geymið kartöflurnar heilar og tæmdu þær.

Steikið beikonið skorið í þunnar strimla á heitri pönnu. Fjarlægðu og pantaðu. Sjóðið eggaldinið skorið í litla teninga í sömu olíu í 15 mínútur eða þar til það er mjúkt.

Setjið tæmdar kartöflur, sojaðar eggaldin, beikon, lax skorinn í strimla, parmesan og rjóma í pott. Eldið í 5 mínútur við meðalhita, bætið síðan við salti og pipar.

Fylltu kartöflurnar með fyrri blöndunni og gratíneraðu þær þar til þær eru gullinbrúnar við 180 ºC.

BRAGÐ

Þú getur búið til eggaldin með sömu fyllingunni.

KARTÖFLU OG OSTA KROKKET

Hráefni

500 g af kartöflum

150 g rifinn parmesan

50 g af smjöri

Hveiti, egg og brauðrasp (til að hjúpa)

2 eggjarauður

Múskat

Salt pipar

VINNSLA

Flysjið kartöflurnar, skerið þær í fernt og eldið þær við meðalhita með vatni og salti í 30 mínútur. Tæmdu og farðu í gegnum matarmylluna. Bætið við smjöri, eggjarauðu, salti, pipar, múskati og parmesan á meðan það er heitt. Látið það kólna.

Mótið krókettlíkar kúlur og veltið þeim upp úr hveiti, þeyttu eggi og brauðrasp. Steikið í mikilli olíu þar til þær eru gullinbrúnar.

BRAGÐ

Áður en þú hjúpar skaltu setja 1 tsk af tómatsósu og stykki af nýsoðinni pylsu í miðja krókettuna. Þær eru ljúffengar.

GOTT STEIKUR STEIKUR

Hráefni

1 kg af síð- eða miðsíða kartöflum (súr eða Monalisa afbrigði)

1 lítri af ólífuolíu

Salt

VINNSLA

Skrælið kartöflurnar og skerið þær í venjulega teninga. Þvoið þær í miklu köldu vatni þar til þær verða alveg gegnsæjar. Þurrka vel

Hitið olíu á pönnu við meðalhita í um 150 gráður. Þegar það byrjar að kúla aðeins en stöðugt, bætið við kartöflunum og steikið þar til þær eru mjög mjúkar, passið að brjóta þær ekki.

Hækkið hitann með mjög heitu olíunni og bætið kartöflunum saman við í skömmtum, hrærið með sleif. Bakið þar til þær eru gullinbrúnar og stökkar. Taktu það út og tæmdu umfram olíu og salt.

BRAGÐ

Bæði olíuhitastigið er mikilvægt. Þetta verður mjög mjúkt að innan og stökkt að utan. Bætið salti í lokin.

FLORENTISKA EGG

Hráefni

8 egg

800 g af spínati

150 g af salti

1 hvítlauksgeiri

Bechamel sósa (sjá seyði og sósur)

Salt

VINNSLA

Sjóðið spínatið í sjóðandi söltu vatni í 5 mínútur. Endurnærðu og kreistu til að missa allt vatn. Saxið smátt og setjið til hliðar.

Saxið hvítlaukinn og steikið í 1 mínútu við meðalhita. Bætið skinkunni í bita út í og eldið í 1 mínútu í viðbót. Hækkið hitann, bætið spínatinu út í og eldið í 5 mínútur í viðbót. Skiptið síðan spínatinu í 4 leirpotta.

Hellið 2 bitum af sprungna egginu ofan á spínatið. Smyrjið bechamelsósunni yfir og bakið í 8 mínútur við 170 ºC.

BRAGÐ

Florentínar eru kallaðir efnablöndur úr spínati.

KARTÖFLUTÖKUR MEÐ TUNGLAFISK OG KRABBA

Hráefni

4 kartöflur

300 g hreinn, beinlaus skötuselur

250 g skrældar rækjur

½ l fiskisafi

1 glas af hvítvíni

1 matskeið chorizo piparmauk

1 tsk paprika

8 þræðir af saffran

3 sneiðar af ristuðu brauði

2 hvítlauksgeirar

1 laukur

Ólífuolía

Salt pipar

VINNSLA

Látið laukinn og saxaðan hvítlauk malla við vægan hita í 10 mínútur. Bætið brauðsneiðunum út í og ristað brauð. Bætið við saffran, papriku og chorizo pipar. Steikið í 2 mínútur.

Geymið kartöflurnar og bætið út í sósuna. Steikið í 3 mínútur. Bætið víninu út í og látið kólna alveg.

Hellið soðinu yfir og eldið við vægan hita þar til kartöflurnar eru næstum tilbúnar. Bætið skötuselinum skornum í bita og afhýddum rækjum út í. Kryddið og eldið í 2 mínútur í viðbót. Látið standa í 5 mínútur, fjarlægður af hitanum.

BRAGÐ

Cachelar kartöflur þýðir að rífa hana í einsleita bita án þess að skera hana alveg. Þetta mun gera soðið þykkara.

EGG Í FLAMENCO STÍL

Hráefni

8 egg

200 g af tómatsósu

1 lítil dós af piquillo papriku

4 matskeiðar af soðnum ertum

4 sneiðar af serranoskinku

4 þykkar sneiðar af chorizo

4 dósir af aspas

VINNSLA

Skiptið tómatsósunni í 4 leirpotta. Setjið 2 rifin egg í hvert og skiptið baunum, chorizo og skinku skornum í bita, svo og papriku og aspas í mismunandi hrúgur.

Bakið við 190 gráður þar til eggin eru aðeins mjúk.

BRAGÐ

Það er hægt að gera með botifarra og jafnvel ferskri pylsu.

TORTILLA PAISANA

Hráefni

6 egg

3 stórar kartöflur

25 g af soðnum ertum

25 g af pylsum

25 g Serrano skinka

1 græn paprika

1 rauð paprika

1 laukur

Ólífuolía

Salt pipar

VINNSLA

Skerið laukinn og piparinn í litla bita. Skerið skrældar kartöflur í mjög þunnar sneiðar. Steikið kartöflurnar með lauk og papriku við meðalhita.

Steikið chorizo og skinkuna skorið í litla teninga. Tæmið kartöflurnar með lauknum og paprikunni. Blandið saman við chorizo og skinku. Bætið baunum út í.

Þeytið eggin, kryddið með salti og pipar og blandið síðan kartöflunum og hinu hráefninu saman við. Hitið meðalstóra pönnu vel, bætið fyrri blöndunni út í og blandið á báðum hliðum.

BRAGÐ

Þú þarft ekki að sofa mikið, því það verður tilbúið með afgangshitanum. Þetta mun gera það safaríkara.

STEIKT EGG MEÐ PYLSU, MEÐ SINNEPPI

Hráefni

8 egg

2 þýskar reyktar pylsur

5 matskeiðar af sinnepi

4 matskeiðar af rjóma

2 súrum gúrkum

Salt pipar

VINNSLA

Blandið fínsöxuðu gúrkunni saman við sinnepið og rjómann.

Skerið pylsuna þunnt í botninn á 4 leirpottum. Hellið sinnepssósunni ofan á og síðan 2 rifin egg í hvert. Tímabil.

Bakið við 180 gráður þar til próteinið er mjúkt.

BRAGÐ

Bætið 2 msk af rifnum parmesanosti og nokkrum greinum af fersku timjan út í sinneps- og rjómablönduna.

KARTÖFLUSKJÚR Í MARS

Hráefni

7 stór egg

Bakið 800 g af kartöflum

1 dl hvítvín

¼ lítri af kjúklingasoði

1 matskeið fersk steinselja

1 tsk paprika

1 teskeið af hveiti

3 hvítlauksrif

Virgin ólífuolía

Salt

VINNSLA

Saxið hvítlaukinn smátt og steikið hann við meðalhita í 3 mínútur án þess að brúnast of mikið. Bætið hveitinu út í og steikið í 2 mínútur. Bætið paprikunni út í og steikið í 5 sekúndur. Vætið það með víninu og látið það kólna alveg. Baðið með seyði og eldið í 10 mínútur við lágan hita, hrærið af og til. Saltið og stráið steinselju yfir.

Skrælið kartöflurnar. Skerið langsum í fernt og þetta í þunnar sneiðar. steikið þar til þær eru mjúkar og örlítið gullinbrúnar.

Þeytið eggin og kryddið með salti. Tæmið kartöflurnar vel og bætið þeim út í þeytta eggið. Stilltu saltið.

Hitið pönnu, bætið við 3 matskeiðum af olíunni sem notuð er til að steikja kartöflurnar og bætið svo eggja-kartöflublöndunni út í. Hrærið í 15 sekúndur við háan hita. Snúið því við með diski. Hitið pönnuna og bætið við 2 matskeiðum af olíu til viðbótar eftir að kartöflurnar eru steiktar. Bætið tortillu og ristið við háan hita í 15 sekúndur. Saltið og látið malla við lágan hita í 5 mínútur.

BRAGÐ

Þú getur notað afgang af seyði úr plokkfiskum eða hrísgrjónaréttum í þessa uppskrift.

PURRUSALDA

Hráefni

1 kg af kartöflum

200 g ósaltaður þorskur

100 ml af hvítvíni

3 meðalstór blaðlaukur

1 stór laukur

VINNSLA

Sjóðið þorskinn í 1 l af köldu vatni í 5 mínútur. Fjarlægðu þorskinn, myldu hann og fjarlægðu beinin. Geymið eldunarvatnið.

Julienne lauknum og látið malla á pönnu við vægan hita í um 20 mínútur. Skerið blaðlaukinn í aðeins þykkar sneiðar og bætið út í laukinn. Látið malla í aðrar 10 mínútur.

Cachelar (rífið, skerið ekki) kartöflurnar og bætið út í soðið þegar blaðlaukur hefur soðið. Steikið kartöflurnar aðeins, hækkið hitann og stráið hvítvíni yfir. Láttu það minnka.

Soðið er baðað í vatninu frá eldun þorsksins, kryddað með salti (á að vera aðeins mjúkt) og soðið þar til kartöflurnar eru orðnar mjúkar. Bætið þorskinum út í og eldið í 1 mínútu í viðbót. Saltið og látið standa undir loki í 5 mínútur.

BRAGÐ

Snúðu þessu plokkfiski í rjóma. Það þarf bara að mylja og sía. Fínt.

FRÆÐUR

Hráefni

500 g af kartöflum

1 glas af hvítvíni

1 lítill laukur

1 græn paprika

Ólífuolía

Salt

VINNSLA

Flysjið kartöflurnar og skerið þær í þunnar sneiðar. Skerið laukinn og piparinn í julienne strimla. Við setjum það á bökunarplötu. Kryddið með salti og smyrjið vel með olíu. Blandið saman þannig að allt verði vel gegndreypt og hyljið með álpappír.

Bakið við 160°C í 1 klst. Fjarlægðu, fjarlægðu pappírinn og baðaðu þig með vínglasinu.

Bakið ólokið við 200 gráður í 15 mínútur í viðbót.

BRAGÐ

Þú getur skipt út víninu fyrir ½ bolla af vatni, ½ bolla af ediki og 2 matskeiðar af sykri.

Steiktir sveppir

Hráefni

8 egg

500 g af sveppum hreinsaðir og skornir í sneiðar

100 g sneið Serrano skinka

8 sneiðar af ristuðu brauði

2 hvítlauksgeirar

Ólífuolía

VINNSLA

Skerið hvítlaukinn í sneiðar og steikið hann létt saman við skinkuna í teninga án þess að bæta við lit. Hækkið hitann, bætið hreinsuðum og sneiðum sveppum út í og steikið í 2 mínútur.

Bætið þeyttu egginu saman við, hrærið stöðugt í, þar til það er orðið örlítið stíft og froðukennt.

BRAGÐ

Það er ekki nauðsynlegt að bæta við salti því Serrano skinkan gefur það.

EGG Á DISK með ansjósum og ólífum

Hráefni

8 egg

500 g tómatar

40 g steinhreinsaðar svartar ólífur

12 ansjósur

10 kapers

3 hvítlauksrif

1 vorlaukur

Oregano

Sykur

Ólífuolía

Salt

VINNSLA

Saxið hvítlaukinn og laukinn smátt. Steikið í 10 mínútur við vægan hita.

Afhýðið tómatana, fjarlægið fræin og skerið í litla teninga. Bætið við hvítlauk og lauksósu. Hækkið hitann og eldið þar til tómatarnir missa allt vatnið. Stilltu salt og sykur.

Skiptið tómötunum í leirpotta. Bætið 2 söxuðum eggjum út í og hellið yfir hitt saxaða hráefnið. Bakið við 180 gráður þar til próteinið er mjúkt.

BRAGÐ

Að bæta sykri við uppskriftir með tómötum þjónar til að koma jafnvægi á sýrustigið sem það gefur.

KARTÖFLURREM MEÐ BEIKON OG PARMESAN

Hráefni

1 kg af kartöflum

250 g af beikoni

150 g parmesanostur

300 ml af rjóma

3 laukar

Múskat

Ólífuolía

Salt pipar

VINNSLA

Blandið rjómanum saman við osti, salti, pipar og múskat í skál.

Afhýðið kartöflurnar og laukinn og skerið í þunnar sneiðar. Látið malla þar til það er mjúkt á pönnu. Tæmið og kryddið.

Steikið beikonið skorið í strimla sérstaklega og setjið á pönnuna ásamt kartöflunum.

Setjið kartöflurnar í fat, hjúpið þær með rjómamassanum og bakið við 175°C þar til toppurinn er augratin.

BRAGÐ

Þessa uppskrift er hægt að gera án þess að sjóða kartöflurnar. Það eina sem þú þarft að gera er að baka við 150 gráður í 1 klst.

SOÐIN EGG

Hráefni

8 egg

Salt

VINNSLA

Sjóðið eggin í sjóðandi vatni í 11 mínútur.

Hressið með vatni og ís og afhýðið síðan.

BRAGÐ

Til að auðvelda afhýðingu þeirra skaltu bæta miklu salti við eldunarvatnið og afhýða þau strax eftir kælingu.

HRUKKAR KARTÖFLUR

Hráefni

1 kg af litlum kartöflum

500 g gróft salt

VINNSLA

Sjóðið kartöflurnar í söltu vatni þar til þær eru mjúkar. Þeir ættu að vera alveg þaktir með vatni fyrir aukafingur. Tæmið kartöflurnar.

Settu kartöflurnar aftur í sama pott (án þess að þvo þær) og settu þær á hægan eld, hrærðu varlega þar til þær eru þurrar. Í þessu tilviki myndast lítið lag af salti á hverri kartöflu og hýðið verður hrukkótt.

BRAGÐ

Hann er fullkominn meðleikur við saltfisk. Prófaðu það með pestói.

HÆRÐ EGG MEÐ SVEPPUM, KRABBA OG VILLT LIÐKJÁ

Hráefni

8 egg

300 g af ferskum sveppum

100 g af rækjum

250 ml seyði

2 matskeiðar Pedro Ximenez

1 teskeið af hveiti

1 búnt af villtum aspas

Ólífuolía

1 dl af ediki

Salt pipar

VINNSLA

Sjóðið eggin í miklu sjóðandi söltu vatni og miklu af ediki. Slökktu á hitanum, settu lok á pönnuna og bíddu í 3 eða 4 mínútur. Hvítan á að vera soðin og eggjarauðan á að vera rennandi. Fjarlægðu, tæmdu og kryddaðu.

Hreinsið aspasinn og skerið hann í tvennt eftir endilöngu. Steikið þær á pönnu við háan hita, saltið og setjið til hliðar. Steikið skrældar og kryddaðar rækjur í sömu olíu við mjög háan hita í 30 sekúndur. Afturköllun.

Steikið sneiða sveppina á sömu pönnu við háan hita í 1 mínútu, bætið hveitinu út í og steikið í aðra mínútu. Vætið það með Pedro Ximénez þar til það mýkist og þornar. Hellið saltsoðinu yfir og látið suðuna koma upp.

Setjið aspas, rækjur og sveppi á disk og bætið eggjunum út í. Sósa með Pedro Ximénez sósu.

BRAGÐ

Sjóðið soðið með 1 grein af rósmarín þar til það nær helmingi rúmmálsins.

STEIKAR KARTÖFLUR MEÐ CHORIZO OG GRÆNPIPIKA

Hráefni

6 egg

120 g saxaður chorizo

4 kartöflur

2 ítalskar grænar paprikur

2 hvítlauksgeirar

1 vorlaukur

Ólífuolía

Salt pipar

VINNSLA

Afhýðið kartöflurnar, þvoið þær og skerið í meðalstóra teninga. Þvoið vandlega þar til vatnið rennur út. Julienne laukur og paprika.

Steikið kartöflurnar í mikilli heitri olíu og bætið svo paprikunni og vorlauknum út í þar til grænmetið er gullinbrúnt og mjúkt.

Tæmið kartöflurnar, vorlaukinn og paprikuna. Látið smá olíu vera á pönnunni til að brúna saxaða kórízóið. Blandið aftur kartöflunum saman við vorlaukinn og paprikuna. Bætið þeyttum eggjunum út í og blandið létt saman. Saltið og piprið.

BRAGÐ

Þú getur skipt út chorizo fyrir svartabúðing, chistorra og jafnvel botifarra.

ALVEGAR Kartöflur

Hráefni

1 kg af kartöflum

3 hvítlauksrif

1 lítil græn paprika

1 lítil rauð paprika

1 lítill laukur

Fersk steinselja

Ólífuolía

4 matskeiðar af ediki

Salt

VINNSLA

Myljið hvítlaukinn með steinselju, ediki og 4 matskeiðar af vatni.

Flysjið kartöflurnar og skerið þær í bita, eins og fyrir eggjakökuna. Steikið upp úr mikilli heitri olíu og bætið svo lauk og papriku út í fína julienne strimla. Haltu áfram að baka þar til þau eru létt gullin.

Fjarlægðu og tæmdu kartöflurnar, laukinn og paprikuna. Bætið pressuðum hvítlauk og ediki út í. Fjarlægðu og saltaðu.

BRAGÐ

Fullkomið meðlæti fyrir allt kjöt, sérstaklega feitt eins og lambakjöt og svínakjöt.

STÓRHertoginn BURGRED EGG

Hráefni

8 egg

125 g parmesanostur

30 g af smjöri

30 g hveiti

½ lítri af mjólk

4 sneiðar af ristuðu brauði

Múskat

Edik

Salt pipar

VINNSLA

Besamel sósa er búin til með því að rista hveitið í smjörinu í 5 mínútur við vægan hita, bæta við mjólkinni á meðan hrært er stöðugt og soðið í 5 mínútur í viðbót. Kryddið með salti, pipar og múskat.

Sjóðið eggin í miklu sjóðandi söltu vatni og miklu af ediki. Slökktu á hitanum, settu lok á pönnuna og bíddu í 3 eða 4 mínútur. Fjarlægðu og tæmdu.

Setjið steikta eggið á ristað brauðið og stráið bechamelsósunni yfir. Stráið rifnum parmesan yfir og steikið í ofni.

BRAGÐ

Þegar vatnið sýður, hrærið því með staf og bætið egginu strax út í. Þetta gefur okkur ávöl og fullkomið form.

KARTÖFLUR með rifjum

Hráefni

3 stórar kartöflur

1 kg marineruð grísarif

4 matskeiðar af tómatsósu

2 hvítlauksgeirar

1 lárviðarlauf

1 græn paprika

1 rauð paprika

1 laukur

Ólífuolía

Salt

VINNSLA

Skerið rifin í tvennt og steikið á mjög heitri pönnu. Taktu það út og pantaðu það.

Steikið papriku, hvítlauk og lauk skorinn í meðalstóra bita í sömu olíu. Þegar grænmetið hefur mýkst er tómatsósunni bætt út í og rifin bætt út í aftur. Blandið saman og hyljið með vatni. Bætið lárviðarlaufunum út í og eldið við vægan hita þar til þau eru næstum mjúk.

Bætið síðan steiktu kartöflunum út í. Saltið og látið malla þar til kartöflurnar eru orðnar mjúkar.

BRAGÐ

Að slípa kartöflu þýðir að mölva hana með hníf án þess að skera hana alveg. Þannig er tryggt að sterkjan losni úr kartöflunum og að soðið verði ríkara og þykkara.

BRAUÐ EGG

Hráefni

8 egg

70 g af smjöri

70 g hveiti

Hveiti, egg og brauðrasp (til að hjúpa)

½ lítri af mjólk

Múskat

Ólífuolía

Salt pipar

VINNSLA

Hitið pönnu með ólífuolíu, steikið eggin, látið eggjarauðurnar vera hráar eða mjög litlar. Fjarlægðu, saltaðu og fjarlægðu umfram olíu.

Besamel er búið til með því að steikja hveiti í bræddu smjöri í 5 mínútur. Bætið mjólkinni út í, hrærið stöðugt í og eldið við meðalhita í 10 mínútur. Kryddið með kryddi og múskati.

Þekið eggin varlega með bechamel á öllum hliðum. Látið kólna í kæli.

Þeytið eggin saman við hveiti, þeytt egg og brauðmylsnu, steikið síðan í mikilli heitri olíu þar til þau eru gullinbrún.

BRAGÐ

Því ferskara sem eggið er, því minna skvettist það við bakstur. Til að gera þetta skaltu taka þær úr kæli 15 mínútum áður en þær eru bakaðar.

KARTÖFLUR MEÐ HESSELHNETUM

Hráefni

750 g af kartöflum

25 g af smjöri

1 tsk söxuð fersk steinselja

2 matskeiðar af ólífuolíu

Salt pipar

VINNSLA

Flysjið kartöflurnar og mótið þær í kúlur. Sjóðið þær í potti í söltu köldu vatni. Þegar þau sjóða fyrst skaltu bíða í 30 sekúndur og tæma.

Bræðið smjörið með olíunni á pönnu. Bætið þurrkuðum og tæmdu kartöflunum út í og eldið við meðalhita þar til kartöflurnar eru gullinbrúnar og mjúkar að innan. Bætið við salti, pipar og steinselju.

BRAGÐ

Þær má líka baka í ofni við 175 gráður, hrærið í af og til þar til þær eru orðnar mjúkar og gullinbrúnar.

MOLLET EGG

Hráefni

8 egg

Salt

Edik

VINNSLA

Eldið eggin í sjóðandi vatni með salti og ediki í 5 mínútur. Taktu það út og kældu það strax í ísköldu vatni og skræltu það síðan varlega.

BRAGÐ

Til að auðvelda afhýðingu á soðnum eggjum skaltu bæta miklu salti við vatnið.

KARTÖFLU RIOJANA STÍL

Hráefni

2 stórar kartöflur

1 tsk chorizo eða ñora piparmauk

2 hvítlauksgeirar

1 astúrískur chorizo

1 græn paprika

1 lárviðarlauf

1 laukur

Paprika

4 matskeiðar af ólífuolíu

Salt

VINNSLA

Látið saxaðan hvítlauk malla í olíunni í 2 mínútur. Bætið lauknum skornum í julienne strimla og paprikunni út í og steikið við miðlungshita í 25 mínútur (liturinn á að vera karamellaður). Bæta við teskeið af chorizo pipar.

Bætið söxuðum chorizo saman við og steikið í 5 mínútur í viðbót. Bætið cachelada kartöflunum út í og eldið í 10 mínútur í viðbót, hrærið stöðugt í. Kryddið með salti.

Bætið paprikunni út í og hyljið með vatni. Eldið saman við lárviðarlaufin við mjög lágan hita þar til kartöflurnar eru orðnar mjúkar.

BRAGÐ

Við getum búið til krem úr restinni. Þetta er dásamlegur forréttur.

KARTÖFLUKÖF

Hráefni

3 stórar kartöflur

1 kg hreinn smokkfiskur

3 hvítlauksrif

1 dós af ertum

1 stór laukur

Fiskstofn

Fersk steinselja

Ólífuolía

Salt

VINNSLA

Skerið laukinn, hvítlaukinn og steinseljuna í litla bita. Steikið allt á pönnu við meðalhita.

Þegar grænmetið er brúnað, hækkið hitann í hámark og gufusoðið smokkfiskinn skorinn í meðalstóra bita í 5 mínútur. Hellið yfir fiskinn (eða kalt vatn) og eldið þar til smokkfiskurinn er mjúkur. Saltið, bætið svo skrældar og cachelada kartöflunum og baunum út í.

Lækkið hitann og eldið þar til kartöflurnar eru tilbúnar. Kryddið með salti og berið fram heitt.

BRAGÐ

Það er mjög mikilvægt að gufa smokkfiskinn á mjög háum hita, annars verður hann harður og ekki mjög safaríkur.

KRABBA eggjakaka með hvítlauk

Hráefni

8 egg

350 g skrældar rækjur

4 hvítlauksrif

1 cayenne

Ólífuolía

Salt

VINNSLA

Skerið hvítlaukinn í sneiðar og léttsteikið hann ásamt cayennepiparnum. Bætið rækjunum út í, kryddið með salti og takið af hellunni. Tæmið rækjurnar, hvítlaukinn og cayenne piparinn.

Hitið pönnuna vel með hvítlauksolíu. Þeytið og kryddið eggin. Bætið rækjunum og hvítlauknum saman við og blandið varlega saman til að hjúpa.

BRAGÐ

Til að koma í veg fyrir að tortillan festist við pönnuna skaltu hita hana vel áður en olíunni er bætt út í.

GUFÐAR KARTÖFLUR MEÐ NÁLUM

Hráefni

1 kg af kartöflum

500 g ósaltaður þorskur

1 l sett

2 hvítlauksgeirar

1 græn paprika

1 rauð paprika

1 laukur

söxuð fersk steinselja

Ólífuolía

Salt

VINNSLA

Skerið laukinn, hvítlaukinn og piparinn í litla bita. Sjóðið grænmetið við vægan hita í 15 mínútur.

Bætið cacheladas kartöflunum (rifnum, ekki skornum) út í og steikið í 5 mínútur í viðbót.

Kryddið með reyk til að salta og eldið þar til kartöflurnar eru næstum tilbúnar. Bætið síðan þorskinum og steinseljunni út í og eldið í 5 mínútur. Kryddið með salti og berið fram heitt.

BRAGÐ

Áður en þú reykir skaltu bæta við 1 glasi af hvítvíni og nokkrum cayenne-pipar.

KARTÖFLUMAUKI

Hráefni

400 g af kartöflum

100 g af smjöri

200 ml af mjólk

1 lárviðarlauf

Múskat

Salt pipar

VINNSLA

Sjóðið þvegnar og skornar kartöflur með lárviðarlaufunum á meðalhita þar til þær eru mjúkar. Tæmið kartöflurnar og rennið þeim í gegnum kartöflustöppu.

Sjóðið mjólkina með smjöri, múskati, salti og pipar.

Hellið mjólkinni yfir kartöflurnar og þeytið með priki. Ef nauðsyn krefur skaltu skipta út því sem vantar.

BRAGÐ

Bætið 100 g af rifnum parmesan saman við og þeytið með sleif. Útkoman er ljúffeng.

BAUNATORTILLA MEÐ MORCILLA

Hráefni

8 egg

400 g af baunum

150 g af blóðpylsu

1 hvítlauksgeiri

1 laukur

Ólífuolía

Salt

VINNSLA

Sjóðið baunirnar í sjóðandi vatni með smá salti þar til þær eru mjúkar. Sigtið og hressið með köldu vatni og ís.

Saxið laukinn og hvítlaukinn í litla bita. Látið malla við vægan hita í 10 mínútur ásamt svörtum búðingi, passið að brjóta hann ekki. Bætið baununum út í og eldið í 2 mínútur í viðbót.

Þeytið eggið og saltið. Bætið baununum út í og brúnið þær á mjög heitri pönnu.

BRAGÐ

Ef þú vilt gera enn glæsilegri rétt skaltu fjarlægja hýðið af baununum strax eftir að þær hafa kólnað. Það mun hafa fínni áferð.

Hann steikti það

Hráefni

8 egg

100 g af hvítlauksspírum

8 sneiðar af ristuðu brauði

8 villtur aspas

2 hvítlauksgeirar

Ólífuolía

Salt pipar

VINNSLA

Skerið hvítlauksspírana og skrælda aspasinn í litla bita. Skerið hvítlaukinn í sneiðar og léttsteiktur ásamt hvítlauksspírunum og aspasnum. Tímabil.

Bætið þeyttu egginu út í, hrærið stöðugt þar til það þykknar aðeins. Eggin eru borin fram á ristuðum brauðsneiðum

BRAGÐ

Einnig er hægt að útbúa eggin í skál í bain-marie, við meðalhita, með stöðugu hræringu. Þeir munu hafa rjómalöguð áferð.

GUFÐAR KARTÖFLUR MEÐ NUSZKALA

Hráefni

6 stórar kartöflur

500 g kantarellur

1 tsk sæt paprika

1 hvítlauksgeiri

1 laukur

½ græn paprika

½ rauð paprika

krydduð paprika

Nautakjötssoð (nægilegt til að hylja)

VINNSLA

Skerið grænmetið í litla bita og steikið við vægan hita í 30 mínútur. Bætið cachelada kartöflunum (rifnum, ekki skornum) út í og steikið í 5 mínútur. Bætið við hreinum kantarellum, skornum í fernt, án stilks.

Steikið í 3 mínútur og bætið svo sæta piparnum og örlitlu af heitum pipar út í. Hellið soðinu yfir og kryddið með salti (það á að vera örlítið mjúkt). Eldið yfir hægum eldi og bætið salti við.

BRAGÐ

Takið út nokkrar soðnar kartöflur með smá soði, stappið þær og bætið aftur í soðið til að þykkja sósuna.

Porcupine OMELETTE

Hráefni

8 egg

400 g af hreinum boletus

150 g af rækjum

3 hvítlauksrif

2 matskeiðar af ólífuolíu

Salt pipar

VINNSLA

Saxið hvítlaukinn í litla bita og steikið hann aðeins á pönnu við meðalhita.

Skerið bolluna í teninga, hækkið hitann og bætið honum á pönnuna með hvítlauk. Eldið í 3 mínútur. Bætið skrældar og kryddaðu rækjunum út í og steikið í 1 mínútu í viðbót.

Þeytið eggin og bætið salti við. Bætið svínaríinu og rækjunum út í. Hitið pönnu með 2 msk af olíu mjög vel og blandið báðum hliðum tortillunnar saman.

BRAGÐ

Þegar öll hráefnin eru sameinuð skaltu bæta við ögn af heitri truffluolíu. gleði

HLUTAEGGI

Hráefni

8 egg

125 g parmesanostur

8 sneiðar af serranoskinku

8 sneiðar af ristuðu brauði

Bechamel sósa (sjá seyði og sósur)

Edik

Salt pipar

VINNSLA

Sjóðið eggin í miklu sjóðandi söltu vatni og miklu af ediki. Slökktu á hitanum, settu lok á pönnuna og bíddu í 3 eða 4 mínútur. Fjarlægðu og endurnærðu með vatni og ís. Takið út með sleif og setjið á eldhúspappír.

Skiptið serranoskinkunni í 4 leggi. Setjið eggin ofan á, hellið bechamelsósunni yfir og stráið rifnum parmesan yfir. Grillið þar til osturinn er brúnn.

BRAGÐ

Það er hægt að gera með reyktu beikoni og jafnvel sobrassada.

KÚRKSÍN OG TÓMATAR OMELETTA

Hráefni

8 egg

2 tómatar

1 kúrbít

1 laukur

Ólífuolía

Salt

VINNSLA

Skerið laukinn í þunnar strimla og steikið við vægan hita í 10 mínútur.

Skerið kúrbítinn og tómatana í sneiðar og steikið á mjög heitri pönnu. Skerið kúrbítinn og tómatana í þunnar ræmur þegar þær eru gullinbrúnar. Bætið lauknum út í og kryddið með salti.

Þeytið eggin og bætið við grænmetið. Stilltu saltið. Hitið pönnu vel og hálfsvæfið tortilluna í snertingu við allt yfirborð pönnunnar og rúllið henni svo upp á sjálfa sig.

BRAGÐ

Prófaðu það með hægelduðum eggaldin og bechamel sósu til hliðar.

COD AJOARRIERO

Hráefni

400 g mulinn ósaltaður þorskur

2 matskeiðar af vökvuðum chorizo pipar

2 matskeiðar af tómatsósu

1 græn paprika

1 rauð paprika

1 hvítlauksgeiri

1 laukur

1 chilipipar

Ólífuolía

Salt

VINNSLA

Julienne grænmetið og látið malla við meðalhita þar til það er mjög meyrt. Fyrir salt.

Bætið matskeiðinni af chorizo pipar, tómatsósu og chili saman við. Bætið muldum þorskinum út í og eldið í 2 mínútur.

BRAGÐ

Hin fullkomna fylling til að búa til dýrindis empanada.

GUFÐUR SHERRY KÚKUR

Hráefni

750 g kúlur

600 ml sherryvín

1 lárviðarlauf

1 hvítlauksgeiri

1 sítrónu

2 matskeiðar af ólífuolíu

Salt

VINNSLA

Skolaðu hnakkana.

Hellið 2 msk af olíu á heita pönnu og léttsteikið hvítlaukinn.

Bætið kræklingnum, víni, lárviðarlaufi, sítrónu og salti út í í einu. Lokið og eldið þar til þær opnast.

Berið kræklinginn fram með sósunni.

BRAGÐ

Skolun þýðir að dýfa skeljunum í kalt vatn með miklu salti til að losa sig við sand og óhreinindi.

ALLT I PEBRE AF MONDFISK MEÐ KRABBA

Hráefni

Fyrir fiskstofninn

15 rækjuhaus og líkami

1 höfuð eða 2 bein djöflahali eða hvítur fiskur

Tómatsósa

1 vorlaukur

1 blaðlaukur

Salt

fyrir soðið

1 stór djöfulsins hali (eða 2 lítill)

rækjulíkama

1 matskeið sæt paprika

8 hvítlauksrif

4 stórar kartöflur

3 brauðsneiðar

1 cayenne

óhýddar möndlur

Ólífuolía

Salt pipar

VINNSLA

Fyrir fiskstofninn

Við gerum fiskisúpu með því að steikja rækjubolina og tómatsósuna. Bætið skötuselinum eða haus og steiktu grænmetinu út í. Hellið vatni yfir og eldið í 20 mínútur, sigtið og saltið.

fyrir soðið

Steikið óskorinn hvítlauk á pönnu. Fjarlægðu og pantaðu. Steikið möndlurnar í sömu olíunni. Fjarlægðu og pantaðu.

Steikið brauðið í sömu olíu. Afturköllun.

Myljið hvítlaukinn, handfylli af heilum óhýddum möndlum, brauðsneiðum og cayennepipar í mortéli.

Þegar hvítlaukurinn er brúnaður, steikið paprikuna létt í olíunni, gætið þess að hún brenni ekki og bætið henni síðan út í soðið.

Bætið steiktu kartöflunum út í og eldið þar til þær eru mjúkar. Bætið krydduðum skötuselinum út í og eldið í 3 mínútur. Bætið kvoða og rækjum út í og eldið í 2 mínútur í viðbót þar til sósan þykknar. Kryddið með salti og berið fram heitt.

BRAGÐ

Notaðu bara nægan reyk til að hylja kartöflurnar. Algengasta fiskurinn sem notaður er í þessa uppskrift er áll, en það er hægt að gera hann með hvaða kjöti sem er, eins og hundahvíti eða keilu.

ROAST SAUMAR

Hráefni

1 sjóbirtingur hreinsaður, slægður og kalkhreinsaður

25 g brauðrasp

2 hvítlauksgeirar

1 chilipipar

Edik

Ólífuolía

Salt

VINNSLA

Saltið og smyrjið brauðið að innan sem utan. Stráið brauðmylsnu ofan á og bakið við 180 gráður í 25 mínútur.

Á meðan, steikið flökuðu hvítlaukinn og chili við meðalhita. Takið dropa af ediki af hitanum og penslið brauðið með þessari sósu.

BRAGÐ

Meitla þýðir að skera þvert yfir breidd fisksins til að elda hann hraðar.

CLAMS MARINERA

Hráefni

1 kg af kræklingi

1 lítið glas af hvítvíni

1 matskeið af hveiti

2 hvítlauksgeirar

1 lítill tómatur

1 laukur

½ chilipipar

Matarlitur eða saffran (valfrjálst)

Ólífuolía

Salt

VINNSLA

Dýfðu samlokunum í kalt vatn með miklu salti í nokkrar klukkustundir til að fjarlægja jarðneskar leifar.

Þegar það hefur verið hreinsað skaltu elda kræklinginn í víninu og ¼ l af vatni. Þegar það hefur verið opnað skaltu fjarlægja og geyma vökvann.

Skerið laukinn, hvítlaukinn og tómatana í litla bita og steikið í smá olíu. Bætið chili út í og eldið þar til allt er orðið vel mjúkt.

Bætið matskeið af hveiti út í og eldið í 2 mínútur í viðbót. Þvoið þá með vatninu frá því að elda kræklinginn. Eldið í 10 mínútur, bætið síðan við salti. Bætið samlokunum út í og eldið í eina mínútu í viðbót. Bætið nú við litarefninu eða saffraninu.

BRAGÐ

Hægt er að skipta út hvítvíni fyrir sætt vín. Sósan er mjög góð.

HAFÐ MEÐ PILPIL

Hráefni

4 eða 5 ósöltuð þorskflök

4 hvítlauksrif

1 chilipipar

½ lítri af ólífuolíu

VINNSLA

Steikið hvítlauk og chili í ólífuolíu við vægan hita. Fjarlægðu þær og leyfðu olíunni að kólna aðeins.

Bætið þorskflakinu út í með skinnhliðinni upp og steikið við vægan hita í 1 mínútu. Snúið við og látið standa í 3 mínútur í viðbót. Það sem skiptir máli er að elda það í olíunni, ekki að steikja það.

Fjarlægðu þorskinn, helltu olíunni smám saman af þar til aðeins hvíta efnið (gelatín) sem þorskurinn losar er eftir.

Eftir að hafa verið tekinn af hitanum, þeytið með nokkrum prikum eða í hringlaga hreyfingum með síu, blandið smám saman úthelltu olíunni. Settu pilpilinn saman í 10 mínútur án þess að hætta að hræra.

Þegar búið er að setja þorskinn aftur út í og hræra í aðra mínútu.

BRAGÐ

Til að fá öðruvísi snertingu, bætið skinkubeini eða einhverjum arómatískum kryddjurtum út í olíuna þar sem þorskurinn er steiktur.

BJÓRBRÉÐBUNDUR

Hráefni

Hreinar ansjósur án þyrna

1 dós af mjög köldum bjór

Hveiti

Ólífuolía

Salt

VINNSLA

Setjið bjórinn í skál og bætið hveiti út í og hrærið stöðugt í með þeytara þar til þú færð þykka þykkt sem drýpur varla þegar ansjósurnar eru lagðar í bleyti.

Steikið í lokin upp úr mikilli olíu og salti.

BRAGÐ

Hægt er að nota hvaða bjór sem er. Það fer ótrúlega vel með svörtu.

BLEKI Í BLEKI

Hráefni

1 ½ kg smokkfiskur

1 glas af hvítvíni

3 matskeiðar af tómatsósu

4 pokar af smokkfiskbleki

2 laukar

1 rauð paprika

1 græn paprika

1 lárviðarlauf

Ólífuolía

Salt pipar

VINNSLA

Steikið saxaðan lauk og pipar við vægan hita. Þegar þær eru soðnar, bætið þá hreinu og fínsöxuðu smokkfiski út í. Hækkið hitann og kryddið.

Vætið það með hvítvíninu og látið það verða volgt. Bætið við tómatsósunni, pokanum af smokkfiskbleki og lárviðarlaufinu. Lokið og eldið við vægan hita þar til smokkfiskurinn er mjúkur.

BRAGÐ

Það má bera fram með góðu pasta eða jafnvel franskar.

COD CLUB RANERO

Hráefni

Þorskur pil-pil

10 þroskaðir vínberutómatar

4 chorizo pipar

2 grænar paprikur

2 rauðar paprikur

2 laukar

Sykur

Salt

VINNSLA

Bakið tómatana og paprikuna þar til þeir eru mjúkir við 180 gráður.

Þegar paprikurnar eru ristaðar, hyljið þær í 30 mínútur, fjarlægið hýðið og skerið þær í strimla.

Afhýðið tómatana og skerið þá smátt. Gufu þá með lauk skornum í fína strimla og chorizo piparmauk (áður vökvaður í heitu vatni í 30 mínútur).

Bætið ristuðu paprikunni skornum í strimla út í og eldið í 5 mínútur. Stilltu salt og sykur.

Hitið pilluna upp með þorskinum og paprikunni.

BRAGÐ

Þú getur líka búið til chili með papriku, eða þetta sem grunn, þorskur ofan á, sósa með chili. Það er líka hægt að gera með góðu ratatouille.

SÓLI MEÐ APPELSÍNU

Hráefni

4 sóla

110 g smjör

110 ml soð

1 msk söxuð fersk steinselja

1 tsk paprika

2 stórar appelsínur

1 lítil sítróna

Hveiti

Salt pipar

VINNSLA

Bræðið smjörið á pönnu. Hveiti og kryddaðu ilinn. Steikið báðar hliðar í smjörinu. Bætið papriku, appelsínu og sítrónusafa og reyktu kjöti út í.

Eldið í 2 mínútur við meðalhita þar til sósan þykknar aðeins. Skreytið með steinselju og berið fram strax.

BRAGÐ

Ef þú vilt ná meiri safa úr sítrusávöxtum skaltu hita þá í örbylgjuofni í 10 sekúndur á hámarksafli.

RIOJANA HAKE

Hráefni

4 lýsingsflök

100 ml af hvítvíni

2 tómatar

1 rauð paprika

1 græn paprika

1 hvítlauksgeiri

1 laukur

Sykur

Ólífuolía

Salt pipar

VINNSLA

Skerið laukinn, piparinn og hvítlaukinn í litla bita. Steikið allt á pönnu við meðalhita í 20 mínútur. Hækkið hitann, vættið með víninu og látið það minnka þar til það er orðið þurrt.

Bætið rifnum tómötum út í og eldið þar til allt vatn er glatað. Bætið við salti, pipar og sykri ef það er súrt.

Grillið kóteletturnar þar til þær eru gullbrúnar að utan og safaríkar að innan. Bætið við grænmetið.

BRAGÐ

Saltið lýsinginn 15 mínútum fyrir eldun svo saltið dreifist jafnara.

LÚKURÚÐUR MEÐ JARÐABERJASÓSU

Hráefni

4 ósöltuð þorskflök

400 g púðursykur

200 g af jarðarberjum

2 hvítlauksgeirar

1 appelsína

Hveiti

Ólífuolía

VINNSLA

Blandið jarðarberjunum saman við appelsínusafann og sykurinn. Eldið í 10 mínútur og hrærið.

Saxið hvítlaukinn og steikið hann á pönnu með smá olíu. Fjarlægðu og pantaðu. Steikið hveitistráðan þorsk í sömu olíunni.

Berið þorskinn fram með sósunni í sér skál og setjið hvítlaukinn ofan á.

BRAGÐ

Hægt er að skipta út bitri appelsínusultu fyrir jarðarber. Þá þarf bara að nota 100 g af púðursykri.

MARINE PISTRAN

Hráefni

4 silungar

½ lítri af hvítvíni

¼ lítri af ediki

1 lítill laukur

1 stór gulrót

2 hvítlauksgeirar

4 negull

2 lárviðarlauf

1 timjankvistur

Hveiti

¼ lítra af ólífuolíu

Salt

VINNSLA

Saltið og hveiti silunginn. Steikið báðar hliðar í olíunni í 2 mínútur (það á að vera hrátt að innan). Fjarlægðu og pantaðu.

Sjóðið steikta grænmetið í sömu fitunni í 10 mínútur.

Baðaðu með ediki og víni. Kryddið með smá salti, kryddjurtum og kryddi. Eldið við lágan hita í 10 mínútur í viðbót.

Bætið silungnum út í, setjið lok á og eldið í 5 mínútur í viðbót. Látið það vera af hitanum og berið fram þegar það hefur kólnað.

BRAGÐ

Þessa uppskrift er best að neyta yfir nótt. Restin gerir hana enn bragðmeiri. Notaðu afgangana til að búa til dýrindis súrsuðu silungssalat.

BILBAINE STÍL saumaskapur

Hráefni

1 2 kg sjóbirtingur

½ lítri af hvítvíni

2 matskeiðar af ediki

6 hvítlauksrif

1 chilipipar

2 dl ólífuolía

Salt

VINNSLA

Skerið brauðið út, saltið, bætið við smá olíu og bakið við 200°C í 20-25 mínútur. Baðaðu smátt og smátt með víninu.

Á meðan skaltu steikja niðursneiddan hvítlauk ásamt chilipiparnum í 2 dl af olíu. Vætið það með ediki og hellið því yfir sjóbirtinginn.

BRAGÐ

Útskurður þýðir að skora í fiskinn til að auðvelda matreiðslu.

RÆKJU SCAMPI

Hráefni

250 g af rækjum

3 hvítlauksrif, flökuð

1 sítrónu

1 chilipipar

10 matskeiðar af ólífuolíu

Salt

VINNSLA

Setjið afhýddar rækjurnar í skál, bætið miklu salti og sítrónusafa út í. Fjarlægðu það.

Steikið flökuðu hvítlaukinn og chili á pönnu. Áður en þær breyta um lit er rækjunum bætt út í og steikt í 1 mínútu.

BRAGÐ

Fyrir aukið bragð skaltu blanda rækjunni með salti og sítrónu í 15 mínútur áður en þær eru steiktar.

ÞÉTTAR

Hráefni

100 g ósaltaður þorskur í mola

100 g vorlaukur

1 matskeið fersk steinselja

1 flaska af köldum bjór

Litarefni

Hveiti

Ólífuolía

Salt pipar

VINNSLA

Setjið þorskinn, fínt saxaðan vorlauk og steinselju, bjór, smá matarlit, salt og pipar í skál.

Blandið saman og bætið við hveiti, einni matskeið í einu, hrærið stöðugt í þar til þú færð örlítið þykkt (ekki drýpur) deig sem líkist grjónum. Látið kólna í 20 mínútur.

Steikið í mikilli olíu, hellið skeið af deigi yfir. Þegar þær eru orðnar gullinbrúnar, takið þær út og setjið þær á gleypið pappír.

BRAGÐ

Ef það er enginn bjór er líka hægt að gera hann með gosi.

DOURADO COD

Hráefni

400 g ósaltaður og mulinn þorskur

6 egg

4 meðalstórar kartöflur

1 laukur

Fersk steinselja

Ólífuolía

Salt

VINNSLA

Afhýðið kartöflurnar og skerið þær í strá. Þvoið þær vandlega þar til vatnið rennur út og steikið þær síðan í miklu af heitri olíu. Kryddið með salti.

Steikið laukinn skorinn í julienne strimla. Hækkið hitann, bætið mulið þorskinum út í og eldið þar til hann er farinn.

Þeytið eggin í sérstakri skál, bætið þorskinum, kartöflunum og lauknum út í. Léttfryst á pönnu. Kryddið með salti og endið með saxaðri ferskri steinselju.

BRAGÐ

Það ætti að vera örlítið steikt til að vera safaríkt. Kartöflurnar eru ekki saltaðar fyrr en í lokin svo þær missi ekki stökki.

BASKIKRABBAMBAND

Hráefni

1 kóngulókrabbi

500 g tómatar

75 g Serrano skinka

50 g af ferskum brauðrasp (eða brauðrasp)

25 g af smjöri

1½ glös af brennivíni

1 matskeið steinselja

1/8 laukur

½ hvítlauksrif

Salt pipar

VINNSLA

Eldið kóngulókrabbann (1 mínúta á 100 grömm) í 2 lítrum af vatni með 140 g af salti. Kælið og fjarlægið kjötið.

Steikið saxaðan laukinn og hvítlaukinn saman við skinkuna skorna í fína julienne strimla. Bætið rifnum tómötum og saxaðri steinselju út í og eldið þar til þurrt kvoða er fengið.

Bætið kóngulókrabbakjötinu út í, hyljið með brennivíni og flamberið. Bætið helmingnum af molunum af eldinum út í og fyllið kóngulókrabbann.

Stráið afganginum af molunum ofan á og dreifið smjörinu skorið í bita. Bakið toppinn í ofni þar til hann er gullinbrúnn.

BRAGÐ

Það má líka útbúa með góðum íberískum chorizo og jafnvel fylla með reyktum osti.

Í EDIKI

Hráefni

12 ansjósur

300 cl af vínediki

1 hvítlauksgeiri

Hakkað steinselja

extra virgin ólífuolía

1 teskeið af salti

VINNSLA

Setjið hreinsaðar ansjósur saman við edikið þynnt með vatni og salti á flatan disk. Kælið í 5 klst.

Á meðan er fínt saxaður hvítlaukur og steinselja blandaður í olíu.

Fjarlægðu ansjósurnar úr edikinu og hjúpðu með olíu og hvítlauk. Settu það aftur í ísskápinn í 2 klukkustundir í viðbót.

BRAGÐ

Þvoið ansjósurnar nokkrum sinnum þar til vatnið rennur út.

NÁLAMERKI

Hráefni

¾ kg ósaltaður þorskur

1 dl af mjólk

2 hvítlauksgeirar

3 dl ólífuolía

Salt

VINNSLA

Hitið olíuna með hvítlauknum á lítilli pönnu við meðalhita í 5 mínútur. Bætið þorskinum út í og eldið við mjög lágan hita í 5 mínútur í viðbót.

Hitið mjólkina og setjið hana í smoothieglas. Bætið roðlausum þorskinum og hvítlauknum saman við. Þeytið þar til fínt deig fæst.

Bætið olíunni við án þess að stöðva þeytinguna þar til þú færð einsleitt deig. Kryddið með salti og gratínið í ofni á hámarksafli.

BRAGÐ

Það má borða á ristuðu brauði og klæða með smá aioli ofan á.

DUFT Í ADOBO (BIENMESABE)

Hráefni

500 g veiðihundur

1 glas af ediki

1 slétt matskeið af möluðu kúmeni

1 jöfn matskeið sæt paprika

1 stig matskeið af oregano

4 lárviðarlauf

5 hvítlauksrif

Hveiti

Ólífuolía

Salt

VINNSLA

Settu áður hægeldaða hundahólfið í djúpt fat og hreinsaðu það.

Bætið vel við handfylli af salti og teskeið af papriku, kúmeni og oregano.

Myljið hvítlaukinn með hýðinu og bætið honum í ílátið. Brjótið lárviðarlaufin af og bætið þeim líka út í. Að lokum skaltu bæta við glasi af ediki og öðru glasi af vatni. Látið það hvíla yfir nótt.

Sneiðarnar eru þurrkaðar, hveitistráðar og steiktar.

BRAGÐ

Ef kúmenið er nýmalað skaltu aðeins bæta við ¼ af matskeiðinni. Það er líka hægt að gera það með öðrum fiski eins og skötuseli eða skötuseli.

INNEGLAÐUR SÍTRUS OG TÚNFISKUR

Hráefni

800 g túnfiskur (eða ferskur bonito)

70 ml af ediki

140 ml af víni

1 gulrót

1 blaðlaukur

1 hvítlauksgeiri

1 appelsína

½ sítróna

1 lárviðarlauf

70 ml af olíu

Salt og pipar

VINNSLA

Skerið gulrót, blaðlauk og hvítlauk í hringa og steikið í smá olíu. Þegar grænmetið hefur mýkst skaltu væta það með ediki og víni.

Bætið við lárviðarlaufinu og piparnum. Saltið og eldið í 10 mínútur í viðbót. Bætið við börknum og safanum af sítrusávöxtunum og túnfiskinum skornum í 4 bita. Eldið í 2 mínútur í viðbót og látið það hvíla þakið hitanum.

BRAGÐ

Fylgdu sömu skrefum til að búa til dýrindis kjúklingamarinering. Brúnið bara kjúklinginn áður en hann er bætt við marineringuna og eldaður í 15 mínútur í viðbót.

KRABBA REGNJAKKI

Hráefni

500 g af rækjum

100 g hveiti

½ dl kaldur bjór

Litarefni

Ólífuolía

Salt

VINNSLA

Afhýðið rækjurnar án þess að fjarlægja halaendann.

Blandið hveiti, smá matarlit og salti saman í skál. Hrærið því út í smátt og smátt og án þess að stöðva bruggunina.

Grípið í rækjurnar í skottið, látið þær í gegnum fyrri deigið og steikið þær í mikilli olíu. Takið út þegar það er gullbrúnt og setjið á gleypið pappír.

BRAGÐ

Þú getur bætt 1 tsk af karrý eða papriku út í hveitið.

TÚNFUNDUR FLANGUR MEÐ BASILIKU

Hráefni

125 g niðursoðinn túnfiskur í olíu

½ lítri af mjólk

4 egg

1 sneið af brauðsneið

1 msk rifinn parmesan

4 fersk basilíkublöð

Hveiti

Ólífuolía

Salt pipar

VINNSLA

Blandið túnfisknum saman við mjólk, egg, sneið brauð, parmesan og basil. Saltið og piprið.

Hellið deiginu í aðskilin, áður smurð og hveitistráð form og bakið í 170 gráðu heitum ofni í 30 mínútur.

BRAGÐ

Þú getur líka búið til þessa uppskrift með niðursoðnum samlokum eða sardínum.

SOLE A LA MENIER

Hráefni

6 sóla

250 g af smjöri

50 g af sítrónusafa

2 matskeiðar af fínt saxaðri steinselju

Hveiti

Salt pipar

VINNSLA

Kryddið og hveiti ilinn sem hefur verið hreinsaður af höfði og húð. Steikið báðar hliðar í bræddu smjöri við meðalhita, passið að brenna ekki hveitið.

Takið fiskinn út og bætið sítrónusafanum og steinseljunni á pönnuna. Eldið í 3 mínútur án þess að hætta að hræra. Berið fiskinn fram á disk ásamt sósunni.

BRAGÐ

Bætið við nokkrum kapers til að krydda uppskriftina.

LAXBRÚNUR MEÐ CAVA

Hráefni

2 laxaflök

½ lítri af cava

100 ml rjómi

1 gulrót

1 blaðlaukur

Ólífuolía

Salt pipar

VINNSLA

Kryddið og steikið laxinn á báðum hliðum. Bókaðu það.

Skerið gulrót og blaðlauk í þunnar, langar stangir. Steikið grænmetið í 2 mínútur í sömu olíu og laxinn. Vættið með cava og látið minnka um helming.

Bætið rjómanum út í, eldið í 5 mínútur og bætið svo laxinum út í. Eldið í 3 mínútur í viðbót, kryddið síðan með salti og pipar.

BRAGÐ

Þú getur gufað laxinn í 12 mínútur og fylgt honum með þessari sósu.

SJÁBASSA PIQUILTOS í BILBAÍNSSTÍL

Hráefni

4 sjóbirtingur

1 matskeið af ediki

4 hvítlauksrif

Piquillo papriku

125 ml af ólífuolíu

Salt pipar

VINNSLA

Fjarlægðu hrygginn af sjóbirtingnum. Kryddið með salti og pipar og steikið á pönnu við háan hita þar til gullinbrúnt að utan og safaríkt að innan. Taktu það út og pantaðu það.

Saxið hvítlaukinn og steikið hann í sömu olíu og fiskurinn. Vætið það með ediki.

Steikið paprikuna á sömu pönnu.

Berið sjóbirtingaflakið fram með sósunni ofan á og bætið paprikunni út í.

BRAGÐ

Bilbao sósuna má búa til fyrirfram; þá er bara að hita upp og bera fram.

KRÆKLINGUR Í VINAIGRETTE

Hráefni

1 kg af kræklingi

1 lítið glas af hvítvíni

2 matskeiðar af ediki

1 lítil græn paprika

1 stór tómatur

1 lítill vorlaukur

1 lárviðarlauf

6 matskeiðar af ólífuolíu

Salt

VINNSLA

Hreinsaðu skeljarnar vandlega með nýjum skrúbba.

Setjið kræklinginn í skál með víninu og lárviðarlaufinu. Lokið og eldið við háan hita þar til þær opnast. Geymdu og fargaðu einni skel.

Búðu til vinaigrette með því að saxa niður tómata, vorlauk og pipar. Kryddið með ediki, olíu og salti. Blandið saman og hellið yfir skeljarnar.

BRAGÐ

Látið standa yfir nótt til að auka bragðið.

MARMITACO

Hráefni

300 g túnfiskur (eða bonito)

1 l fiskistofn

1 matskeið chorizo pipar

3 stórar kartöflur

1 stór rauð paprika

1 stór græn paprika

1 laukur

Ólífuolía

Salt pipar

VINNSLA

Steikið hægeldaðan laukinn og piparinn. Bætið skeið af chorizo pipar og skrældar og sneiðum kartöflum saman við. Hrærið í 5 mínútur.

Bleytið það með fisksoðinu og bætið við salti og pipar þegar það byrjar að eldast. Eldið við vægan hita þar til kartöflurnar eru orðnar gullinbrúnar.

Slökkvið á hitanum og bætið síðan túnfiskinum í teninga saman við. Látið hvíla í 10 mínútur áður en það er borið fram.

BRAGÐ

Túnfisk má skipta út fyrir lax. Niðurstaðan kemur á óvart.

SÖLT SJÁBÚLA

Hráefni

1 sjóbirtingur

600 g gróft salt

VINNSLA

Við slægjum og hreinsum fiskinn. Setjið saltbeð á disk, setjið sjóbirtinginn ofan á og setjið restina af saltinu yfir.

Bakið við 220 gráður þar til saltið harðnar og brotnar. Það eru um 7 mínútur fyrir hver 100 g af fiski.

BRAGÐ

Fiskur á ekki að elda í salti fyrr en hann er kominn með hreistur því hreisgin ver kjötið fyrir háum hita. Saltið má bragðbæta með kryddjurtum eða bæta við eggjahvítum.

GUFÐAR SKILAR

Hráefni

1 kg af kræklingi

1 dl hvítvín

1 lárviðarlauf

VINNSLA

Hreinsaðu skeljarnar vandlega með nýjum skrúbba.

Setjið samlokuna, vínið og lárviðarlaufin á heita pönnu. Lokið og eldið við háan hita þar til þær opnast. Henda óopnuðum.

BRAGÐ

Hann er mjög vinsæll réttur í Belgíu, með góðum frönskum kartöflum.

LÍKUR Í GALÍSÍU

Hráefni

4 sneiðar af lýsingi

600 g af kartöflum

1 tsk paprika

3 hvítlauksrif

1 meðalstór laukur

1 lárviðarlauf

6 matskeiðar af jómfrúarolíu

Salt pipar

VINNSLA

Hitið vatn á pönnu; bætið kartöflusneiðum, lauk, salti og lárviðarlaufi saman við. Eldið við vægan hita í 15 mínútur þar til allt er orðið mjúkt.

Bætið krydduðu lýsingsneiðunum út í og eldið í 3 mínútur í viðbót. Tæmdu kartöflurnar og lýsinguna og færðu allt í leirpott.

Steikið sneið eða saxaðan hvítlauk á pönnu; þegar þær eru orðnar gullinbrúnar, takið þær af hitanum. Bætið paprikunni út í, blandið saman og hellið sósunni yfir fiskinn. Berið fram fljótt með smá eldunarvatni.

BRAGÐ

Mikilvægt er að vatnsmagnið nægi til að hylja fisksneiðarnar og kartöflurnar.

HAKE KÖRFUKNATTLEIKUR

Hráefni

1 kg lýsing

100 g af soðnum ertum

100 g laukur

100 g af kræklingi

100 g af rækjum

1 dl fiskisafi

2 matskeiðar steinselja

2 hvítlauksgeirar

8 aspasspjót

2 harðsoðin egg

Hveiti

Salt pipar

VINNSLA

Skerið lýsinginn í sneiðar eða flök. Kryddið og hveiti.

Látið smátt saxaðan laukinn og hvítlaukinn malla þar til hann er mjúkur á pönnu. Hækkið hitann, bætið fiskinum út í og brúnið létt á báðum hliðum.

Vætið með reykvél og eldið í 4 mínútur, hrærið stöðugt í pottinum til að þykkja sósuna. Bætið við afhýddum rækjum, aspas, hreinsuðum kræklingi, ertum og fjórðungum eggjum. Eldið í 1 mínútu í viðbót og stráið saxaðri steinselju yfir.

BRAGÐ

Saltið lýsingin 20 mínútum fyrir eldun svo saltið dreifist jafnara.

HNÍFAR MEÐ HVÍTLAUK OG SÍTRÓNU

Hráefni

2 tugir hnífa

2 hvítlauksgeirar

2 greinar af steinselju

1 sítrónu

extra virgin ólífuolía

Salt

VINNSLA

Setjið rakvélarsamlokurnar í skál með köldu vatni og saltið þær kvöldið áður til að hreinsa þær af sandleifum.

Tæmið, setjið á pönnu, lokið og hitið á meðalhita þar til þær opnast.

Á meðan, saxið hvítlauks- og steinseljugreinarnar og blandið saman við sítrónusafann og ólífuolíuna. Klæddu rakvélarsamlokurnar með þessari sósu.

BRAGÐ

Þær eru ljúffengar með hollandaise eða bearnaise sósu (bls. 532-517).

WAY WAY PUDDING

Hráefni

500 g hauslaus sporðdrekafiskur

125 ml tómatsósa

¼ l rjómi

6 egg

1 gulrót

1 blaðlaukur

1 laukur

Brauðmylsna

Ólífuolía

Salt pipar

VINNSLA

Sjóðið sporðdrekafiskinn í 8 mínútur ásamt hreinu og fínsöxuðu grænmeti. Fyrir salt.

Myljið kjötið af sporðdrekafiskinum (án roðs og beina). Setjið í skál með eggjum, rjóma og tómatsósu. Blandið saman og kryddið með salti og pipar.

Smyrjið mót og stráið brauðrasp yfir. Fyllið með fyrra deiginu og bakið í bain-marie við 175 gráður í 50 mínútur, eða þar til prjónastöng kemur hreinn út. Berið fram kalt eða heitt.

BRAGÐ

Þú getur skipt sporðdrekafiskinum út fyrir hvaða annan fisk sem er

MONDFISKUR MEÐ MJÓKUM HVÍTLAUKSKREM

Hráefni

4 litlar djöflahalar

50 g svartar ólífur

400 ml af rjóma

12 hvítlauksrif

Salt pipar

VINNSLA

Sjóðið hvítlaukinn í köldu vatni. Þegar þær byrja að sjóða, takið þær út og hellið vatninu útí. Endurtaktu sömu aðgerð 3 sinnum.

Steikið síðan hvítlaukinn í rjómanum við vægan hita í 30 mínútur.

Þurrkaðu ólífur í örbylgjuofni. Snúðu þeim í gegnum mortéli og stöpla þar til þú færð ólífuduft.

Kryddið og eldið djöflafiskinn við háan hita þar til hann er safaríkur að utan og gullinbrúnn að innan.

Kryddið sósuna. Berið skötuselinn fram á annarri hliðinni með sósunni og ólífudufti ofan á.

BRAGÐ

Bragðið af þessari sósu er mjúkt og ljúffengt. Ef það er mjög rennandi, eldið í nokkrar mínútur í viðbót. Ef það er þvert á móti mjög þykkt, bætið þá við smá heitum fljótandi rjóma og blandið saman.

LÚÐI Í eplasafi MEÐ MYNTU EPLA COMPOT

Hráefni

4 lýsing

1 flaska af eplasafi

4 matskeiðar af sykri

8 myntublöð

4 epli

1 sítrónu

Hveiti

Ólífuolía

Salt pipar

VINNSLA

Kryddið lýsingin og hveiti og steikið í smá heitri olíu. Taktu það út og settu það í bökunarplötu.

Afhýðið eplið, skerið það smátt og setjið það síðan á pönnuna. Þvoið með eplasafi og bakið í 15 mínútur við 165 ºC.

Skerið eplin og sósuna upp úr. Blandið saman við sykur og myntulauf.

Berið fiskinn fram með kompottinum.

BRAGÐ

Önnur útgáfa af sömu uppskrift. Hveiti og ristaðu lýsingin, settu hann síðan í pott með eplum og eplasafi. Eldið við lágan hita í 6 mínútur. Fjarlægðu lýsinguna og leyfðu sósunni að minnka. Blandið því næst myntu og sykri saman við.

Marineraður lax

Hráefni

1 kg laxaflök

500 g af sykri

4 matskeiðar af söxuðu dilli

500 g gróft salt

Ólífuolía

VINNSLA

Blandið salti saman við sykur og dilli í skál. Setjið helminginn á botninn á bakka. Bætið laxinum út í og setjið hinn helminginn af blöndunni yfir.

Kælið í 12 klst. Fjarlægðu og hreinsaðu með köldu vatni. Flakið og klætt með olíu.

BRAGÐ

Þú getur bragðbætt saltið með hvaða jurtum eða kryddi sem er (engifer, negull, karrý osfrv.)

PISTAN BLÁOSTUR

Hráefni

4 silungar

75 g gráðostur

75 g smjör

40 cl fljótandi rjómi

1 lítið glas af hvítvíni

Hveiti

Ólífuolía

Salt pipar

VINNSLA

Hitið smjörið á pönnu með dropa af olíu. Steikið hveitistráðan og saltaðan silung í 5 mínútur á báðum hliðum. Bókaðu það.

Hellið víninu og ostinum í fituna sem eftir er af steikingunni. Eldið þar til vínið er næstum horfið og osturinn er alveg bráðinn.

Bætið rjómanum út í og eldið þar til æskilegri þéttleika er náð. Saltið og piprið. Silungur með sósu.

BRAGÐ

Búðu til súrsæta gráðostasósu, skiptu rjómanum út fyrir ferskan appelsínusafa.

TUNNA TATAKI GUFÐURÐ Í SOJA

Hráefni

1 túnfiskhryggur (eða lax)

1 glas af soja

1 glas af ediki

2 hrúgaðar matskeiðar af sykri

Hýði af 1 lítilli appelsínu

Hvítlaukur

ristað sesam

Engifer

VINNSLA

Hreinsið túnfiskinn vel og skerið hann í bita. Á mjög heitri pönnu, steikið létt á öllum hliðum og kælið strax í ísvatni til að hætta að elda.

Blandið soja, ediki, sykri, appelsínuberki, engifer og hvítlauk saman í skál. Bætið fiskinum út í og látið marinerast í að minnsta kosti 3 klst.

Dreifið sesamfræjum yfir, skerið í litlar sneiðar og berið fram.

BRAGÐ

Þessa uppskrift verður að útbúa úr frosnum fiski fyrirfram til að forðast anisakis.

HAKE TERTA

Hráefni

1 kg lýsing

1 lítri af rjóma

1 stór laukur

1 glas af brandy

8 egg

Bakaðir tómatar

Ólífuolía

Salt pipar

VINNSLA

Skerið laukinn í julienne strimla og steikið á pönnu. Þegar það er mjúkt, bætið þá lýsingnum út í. Eldið þar til það er tilbúið og molnar.

Hækkið svo hitann og hellið brennivíninu út í. Látið það kólna og bætið nokkrum tómötum við.

Takið af hellunni og bætið eggjunum og rjómanum út í. Saxið allt niður. Kryddið eftir smekk og mótun. Bakið í ofni við 165 gráður í að minnsta kosti 1 klst. eða þar til prjónastöng kemur hreinn út.

BRAGÐ

Berið fram með bleikri eða tartarsósu. Hægt að gera með hvaða beinlausu hvítfiski sem er.

HÖFSTAÐA FLOTTAR PIPAR

Hráefni

250 g ósaltaður þorskur

100 g af rækjum

2 matskeiðar af ristuðum tómötum

2 matskeiðar af smjöri

2 matskeiðar af hveiti

1 dós af piquillo papriku

2 hvítlauksgeirar

1 laukur

Brandy

Ólífuolía

Salt pipar

VINNSLA

Hellið vatni yfir þorskinn og eldið í 5 mínútur. Fjarlægðu og geymdu eldunarvatnið.

Steikið laukinn og söxuð hvítlauksrif. Flysjið rækjurnar og bætið skeljunum á laukpönnuna. Steikið vel. Hækkið hitann og bætið skvettu af brandy og ristuðu tómötunum út í. Þvoið þorskinn með eldunarvatni og eldið í 25 mínútur. Blandið saman og síað.

Steikið saxaðar rækjur og setjið til hliðar.

Látið hveitið malla í smjörinu í um það bil 5 mínútur, bætið síaða soðinu út í og eldið í 10 mínútur í viðbót á meðan þeytið er með þeytara.

Bætið muldum þorskinum og gufusoðnum rækjum út í. Kryddið með salti og pipar og látið kólna.

Fylltu paprikurnar með fyrra deiginu og berið fram.

BRAGÐ

Hin fullkomna sósa fyrir þessar paprikur er Biscayan (sjá Soð og sósur).

RADÍAR

Hráefni

1 kg heill smokkfiskur

150 g af hveiti

50 g kjúklingabaunamjöl

Ólífuolía

Salt

VINNSLA

Hreinsaðu smokkfiskinn vandlega, fjarlægðu ytra húðina og hreinsaðu vandlega að innan. Skerið þær í þunnar ræmur eftir endilöngu, ekki á breidd. Fyrir salt.

Blandið hveiti og kjúklingabaunamjöli saman og hveiti síðan smokkfiskinum með blöndunni.

Hitið olíuna vel og steikið smokkfiskhringina smátt og smátt þar til þeir eru gullinbrúnir. Berið fram strax.

BRAGÐ

Smokkfiskurinn er saltaður 15 mínútum áður og steiktur í mjög heitri olíu.

HERMENN PAVÍU

Hráefni

500 g ósaltaður þorskur

1 matskeið af oregano

1 matskeið malað kúmen

1 matskeið matarlitur

1 matskeið paprika

1 glas af ediki

2 hvítlauksgeirar

1 lárviðarlauf

Hveiti

heit olía

Salt

VINNSLA

Blandið saman oregano, kúmeni, papriku, pressuðum hvítlauk, ediki og öðru glasi af vatni í skál og kryddið síðan með smá salti. Setjið saltlausa þorskinn skorinn í strimla í marineringuna í 24 klst.

Blandið matarlitnum og hveitinu saman. Hveitið þorskstrimlurnar, skolið af og steikið í miklu heitri olíu.

BRAGÐ

Berið fram strax svo að innan verði safaríkt og að utan stökkt.

RACHELLA

Hráefni

125 g af hrári rækju

75 g af hveiti

50 g kjúklingabaunamjöl

5 þræðir af saffran (eða litarefni)

¼ vorlaukur

Fersk steinselja

extra virgin ólífuolía

Salt

VINNSLA

Vefjið saffran inn í álpappír og ristið í ofninum í nokkrar sekúndur.

Blandið hveiti, salti, duftformi saffran, söxuðum vorlauk, saxaðri steinselju, 125 ml af mjög köldu vatni og rækjunni saman í skál.

Steikið skeiðar af útrúlluðu deiginu í mikilli olíu. Látið liggja þar til þær eru orðnar vel brúnar.

BRAGÐ

Blandið deiginu með skeið þar til það hefur jógúrt-eins og þykkt.

URRIÐI TIL NAVARRA

Hráefni

4 silungar

8 sneiðar af serranoskinku

Hveiti

Ólífuolía

Salt

VINNSLA

Bætið 2 sneiðum af Serrano skinku við hverja hreinsaða og slægðan silung. Kryddið með hveiti og salti.

Steikið í mikilli olíu og fjarlægið umframfitu á gleypið pappír.

BRAGÐ

Hitastig olíunnar ætti að vera í meðallagi hátt, svo að hún brenni ekki aðeins að utan, og hitinn nái ekki miðju fisksins.

LAXTATARA MEÐ AVOCADO

Hráefni

500 g af laxi án beina og roðs

6 kapers

4 tómatar

3 súrsaðar gúrkur

2 avókadó

1 vorlaukur

Safi úr 2 sítrónum

Tabasco

Ólífuolía

Salt

VINNSLA

Afhýðið og kjarnhreinsið tómatana. Tæmið avókadóið. Saxið allt hráefnið eins fínt og hægt er og blandið því saman í skál.

Kryddið með sítrónusafa, nokkrum dropum af Tabasco, ólífuolíu og salti.

BRAGÐ

Það er hægt að gera með reyktum laxi eða öðrum álíka fiski, eins og silung.

GALISIAN hörpuskel

Hráefni

8 skeljar

125 g laukur

125 g Serrano skinka

80 g brauðrasp

1 matskeið fersk steinselja

½ tsk sæt paprika

1 harðsoðið egg, saxað

VINNSLA

Skerið laukinn í litla bita og látið malla við lágan hita í 10 mínútur. Bætið skinkunni saman við og steikið í 2 mínútur í viðbót. Bætið paprikunni út í og eldið í 10 sekúndur í viðbót. Taktu það út og láttu það kólna.

Þegar það hefur kólnað, setjið það í skál og bætið við brauðmylsnu, saxuðu steinseljunni og egginu. Það blandast saman.

Fylltu hörpuskelina með fyrri blöndunni, settu á disk og bakaðu við 170 gráður í 15 mínútur.

BRAGÐ

Til að spara tíma skaltu undirbúa þau fyrirfram og baka þau daginn sem þú þarft á þeim að halda. Það er hægt að gera með hörpuskel og jafnvel ostrur.

www.ingramcontent.com/pod-product-compliance
Lightning Source LLC
Chambersburg PA
CBHW070423120526
44590CB00014B/1511